പുസ്തകക്കൂട്ട്

pusthakakoottu

•

editor
narayanan kavumbai

•

first edition
july 2017

•

second edition
may 2018

•

typesetting & published
chintha publishers, thiruvananthapuram

•

cover
midas

വിതരണം

ദേശാഭിമാനി ബുക്ക് ഹൗസ്

H O തിരുവനന്തപുരം-695 035
phone: 0471-2303026, 6063026
www.chinthapublishers.com
chinthapublishers@gmail.com

ബ്രാഞ്ചുകൾ

ഹെഡ്ഡാഫീസ് ബ്രാഞ്ച് കുന്നുകുഴി • സ്റ്റാച്യു തിരുവനന്തപുരം • കെ എസ് ആർ ടി സി ബസ് സ്റ്റേഷൻ ആലപ്പുഴ • കെ എസ് ആർ ടി സി ബസ് സ്റ്റേഷൻ എറണാകുളം • മച്ചിങ്ങൽ ലെയ്ൻ തൃശൂർ • ഐ ജി റോഡ് കോഴിക്കോട് • മാവൂർ റോഡ് കോഴിക്കോട് • എൻ ജി ഒ യൂണിയൻ ബിൽഡിങ് കണ്ണൂർ • സെൻട്രൽ ബസ് ടെർമിനൽ കോംപ്ലക്സ് താവക്കര കണ്ണൂർ

CR - 1873 / 4672
ISBN - 978-93-86637-07-9

പുസ്തകക്കൂട്ട്

എഡിറ്റർ:
നാരായണൻ കാവുമ്പായി

ചിന്ത പബ്ലിഷേഴ്സ്
തിരുവനന്തപുരം-695 035

നാരായണൻ കാവുമ്പായി

കണ്ണൂർ ജില്ലയിലെ കാവുമ്പായിയിൽ ജനനം. മലയാള സാഹിത്യത്തിൽ ബിരുദാനന്തര ബിരുദവും ബി എഡും. *ദേശാഭിമാനി* ചീഫ് സബ് എഡിറ്റർ. കുട്ടികളുടെ ദ്വൈവാരികയായ *തത്തമ്മ*യുടെയും *ദേശാഭിമാനി അക്ഷരമുറ്റ*ത്തിന്റെയും എഡിറ്റർ ഇൻചാർജായി പ്രവർത്തിക്കുന്നു.

ഇരുപത് ബാലസാഹിത്യകൃതികളും ഒരു ചരിത്രഗ്രന്ഥവും രണ്ടു ജീവചരിത്രവും രചിച്ചു. പത്ത് പുസ്തകങ്ങളുടെ എഡിറ്ററാണ്. *നവോത്ഥാന കഥകൾ* എന്ന കൃതിക്ക് അബൂദാബി ശക്തി അവാർഡ് ലഭിച്ചു. മാധ്യമപ്രവർത്തനത്തിനുള്ള സുരേന്ദ്രൻ നീലേശ്വരം സ്മാരക പത്രപ്രവർത്തക അവാർഡും ബാലസാഹിത്യത്തിന് ഡോ. ടി പി സുകുമാരൻ സ്മാരക അവാർഡും ലഭിച്ചു.

ഭാര്യ : റീനാകുമാരി

മക്കൾ : സിദ്ധാർത്ഥ്, സച്ചിത്ത്

വിലാസം : കേദാരം, കീച്ചേരി
പാപ്പിനിശേരി പോസ്റ്റ്
കണ്ണൂർ ജില്ല.

ഫോൺ : 04972 788979

മൊബൈൽ : 9447779875

email : kavumbayi@gmail.com

ഉള്ളടക്കം

പ്രസാധകക്കുറിപ്പ്

പുസ്തകങ്ങൾ അറിവിന്റെ ഉറവിടങ്ങളാണ്. അത് വായിച്ചു വളരാൻ കുട്ടികൾക്കു കഴിയണം. നമുക്കു പാഠപുസ്തകങ്ങളുണ്ട്. അതിൽ അറിവുകളും അനുഭവങ്ങളുമുണ്ട്. എന്നാൽ അവയ്ക്കു പരിമിതികളുണ്ട്. പരന്ന വായന അറിവിന്റെയും അനുഭവങ്ങളുടെയും വിശാലമായ ലോകത്തേക്ക് നമ്മെ കൊണ്ടുപോകും. അക്ഷരങ്ങളിലൂടെ നമുക്ക് അതിരുകളില്ലാത്ത സത്യത്തിന്റെയും സ്വാതന്ത്ര്യത്തിന്റെയും ലോകത്തേക്ക് നടന്നെത്താം.

കുട്ടികൾക്കു പുസ്തകങ്ങളുമായി കൂട്ടുകൂടാൻ കഴിയണം. അതിന് കുട്ടികൾക്കു പ്രേരകമാവാൻ മലയാളത്തിന്റെ അഭിമാനമായ എഴുത്തുകാരിൽ ചിലരുടെയും ചില ലോക നേതാക്കളുടെയും ആദ്യകാല വായനയുടെ അനുഭവങ്ങൾ കുറിച്ചുവയ്ക്കുകയാണ് പ്രശസ്തബാലസാഹിത്യകാരനായ നാരായണൻ കാവുമ്പായി.

വായനയോടുള്ള കുട്ടികളുടെ താല്പര്യം വളർത്താൻ ഈ പുസ്തകം ഏറെ സഹായിക്കും. അതീവ താല്പര്യത്തോടെ ഞങ്ങൾ ഇതു പ്രസിദ്ധീകരിക്കുന്നു. സദയം സ്വീകരിക്കുക.

ചിന്ത പബ്ലിഷേഴ്സ്

വായനക്കൂട്ട്

ആന്റൺ ചെക്കോവിന്റെ ശ്രദ്ധേയമായ ഒരു കഥയാണ് 'ദി ബെറ്റ്' - പന്തയം.

പന്തയംവെച്ച് വർഷങ്ങളോളം തടവറയിൽ കഴിയാൻ കഥാനായകൻ തയ്യാറായത് വൻതുക ലഭിക്കുമെന്ന പ്രതീക്ഷയിലായിരുന്നു. എന്നാൽ തടവറയ്ക്കകത്തുവെച്ച് വായിച്ചുതീർത്ത പുസ്തകങ്ങളിലൂടെ താൻ ഏതുവലിയ പണക്കൂമ്പാരത്തേക്കാളും സമ്പന്നനായിത്തീർന്നു എന്ന് പ്രഖ്യാപിച്ച്, പന്തയം തീരാൻ മണിക്കൂറുകൾ മാത്രം ശേഷിക്കെ തടവറയ്ക്കകത്തുനിന്ന് ഇറങ്ങിനടന്ന് നാട്ടുകാരെ വിസ്മയിപ്പിച്ച ഒരാളുടെ കഥയാണിത്.

പുസ്തകങ്ങൾ അറിവിന്റെ ഉറവിടങ്ങളാണ്. പുസ്തകങ്ങൾ സംസാരിക്കും. കഴിഞ്ഞ കാലത്തെക്കുറിച്ച്, ലോകത്തെയും അതിലെ മനുഷ്യരെയുംകുറിച്ച്. പുസ്തകങ്ങളിൽ സംഗീതമുണ്ട്. ശാസ്ത്രത്തിന്റെ വെളിച്ചമുണ്ട്. അറിവിന്റെ അക്ഷയഖനികളുണ്ട്.

അറിവിനെ കോരിയെടുത്ത് ആസ്വദിച്ച് വളരാൻ കൂട്ടുകാർക്ക് കഴിയണം. അതിന് ഒരേയൊരു വഴിയേയുള്ളൂ. വായന. പാഠപുസ്തകങ്ങളിൽ നിന്നു ലഭിക്കുന്ന അറിവിനും അനുഭവങ്ങൾക്കും പരിമിതിയുണ്ട്.

പരന്ന വായന വിശാലമായ അനുഭവങ്ങളുടെ തുറന്ന ആകാശത്തേക്കാണ് നമ്മെ നയിക്കുക. അതിരുകളില്ലാത്ത സത്യത്തി

ന്റെയും സ്വാതന്ത്ര്യത്തിന്റെയും ലോകത്തേക്ക് അക്ഷരങ്ങളിലൂടെ എത്തിച്ചേരാനാകും. ക്ലാസ് മുറിയിൽ തന്നെ വായന നടക്കണം. വിചിന്തനം നടക്കണം. അതിനോ ക്ലാസ്മുറിയിൽ തന്നെ വായനശാലയുണ്ടാകണം, ക്ലാസ് ലൈബ്രറിയുണ്ടാകണം.

കുട്ടികൾക്ക് വായിച്ച് ആസ്വദിക്കാനും മനസ്സിലാക്കാനും ചർച്ച ചെയ്യാനും പറ്റുന്ന കൃതികളാകണം ക്ലാസ് ലൈബ്രറിയിൽ.

ഇങ്ങനെ പുസ്തകങ്ങൾ കണ്ടും തൊട്ടെടുത്തും മണത്തും ചിത്രങ്ങൾ കണ്ടും കുറച്ചു വായിച്ചും കൂടുതൽ വായിച്ചും ആഴത്തിൽ വായിച്ചും ആസ്വദിച്ച് ചിരിച്ചും ചിന്തിച്ചും തർക്കിച്ചും കൂട്ടുകാർക്ക് പുസ്തകങ്ങളുമായി കൂട്ടുകൂടാനാകട്ടെ!

പുസ്തകക്കൂട്ട് നിങ്ങളെ വലിയവരാക്കും, തീർച്ച. പുസ്തകങ്ങൾക്ക് നിങ്ങളോടൊത്ത് കഴിയണമെന്നുണ്ട്. പുസ്തകങ്ങളോട് കൂട്ടുകൂടാനുള്ള അവസരമൊരുക്കുകയാണ് വായന വാരം.

മലയാളത്തിന്റെ അഭിമാനമായ എഴുത്തുകാരിൽ ചിലർ അവരുടെ ആദ്യകാല വായനയുടെ അനുഭവങ്ങളും വായനയിലൂടെ വളർന്ന ലോക നേതാക്കളിൽ ചിലരുടെ വായനാനുഭവങ്ങളും വായനയെക്കുറിച്ചുള്ള ചില കുറിപ്പുകളുമാണ് ഈ പുസ്തകം പങ്കുവെക്കുന്നത്.

കൂട്ടുകാരെ വായനയുടെ സ്വർഗ്ഗത്തിലേക്ക് നയിക്കാൻ ആ വായനാനുഭവങ്ങൾ പ്രേരിപ്പിക്കുമെന്ന് പ്രതീക്ഷിക്കുന്നു.

നാരായണൻ കാവുമ്പായി

എന്റെ ആദ്യ വായന

ഒ എൻ വി

പുഷ്പങ്ങളുടെ ഗന്ധം പോലെ തന്നെ പുസ്തകങ്ങളുടെ മണവും എനിക്ക് ഇഷ്ടമാണ്. പുസ്ത കത്തിന്റെ മണം ആസ്വദിച്ച ശേഷ മാണ് പുസ്തകം വായിച്ചു തുടങ്ങു കയെന്ന് പലരും എന്നോടു പറ ഞ്ഞിട്ടുണ്ട്.

കുട്ടിക്കാലത്ത് പാഠപുസ്തകം കൈയിൽ കിട്ടിയാൽ അതൊന്നു വിടർത്തി മൂക്കോട് ചേർത്ത് അതിന്റെ ഗന്ധം ആസ്വദിക്കും. അതുകൊണ്ട് വിജ്ഞാനമൊന്നും വർദ്ധിക്കില്ല. പക്ഷേ, നമ്മൾ ആ പുസ്തകവുമായി വളരെയധികം സ്നേഹബന്ധത്തിലാകും.

രവീന്ദ്രനാഥ ടാഗോറിന്റെ *ഗീതാഞ്ജലി* നോബൽ സമ്മാനം ലഭിച്ച കൃതിയാണെന്ന് കുട്ടിക്കാലത്തു തന്നെ കേട്ടിട്ടുണ്ട്. യൂണിവേഴ്സിറ്റി കോളേജിൽ പഠിക്കാൻ ചേർന്ന കാലം. അവിടെ വിദ്യാർത്ഥികൾക്ക് പുസ്തകങ്ങൾ വില്ക്കുന്ന ചെറിയ കടയുണ്ടായിരുന്നു. ആ ബുക്ക്സ്റ്റാൾ സഹകരണ സംഘത്തിന്റെ കീഴിലുള്ളതായിരുന്നുവെന്നാണ് ഓർമ്മ. അവിടെ വച്ചാണ്

ആദ്യമായി ഞാൻ ടാഗോർ കൃതികൾ കാണുന്നത്. ആദ്യമായി കണ്ടത് *ഗീതാഞ്ജലി* തന്നെ. അതുകണ്ടപ്പോൾ തോന്നിയ നിർവൃതി ഇന്നും പറഞ്ഞറിയിക്കാൻ കഴിയില്ല.

രണ്ടു രൂപയായിരുന്നു ആ കൃതിക്ക് വിലയിട്ടിരുന്നത്. അന്ന് രണ്ടു രൂപയെന്നത് വലിയ വിലയാണ്. എണ്ണിച്ചുട്ട അപ്പം പോലെ കുറച്ചു പണവുമായി വന്ന് ഹോസ്റ്റലിൽ താമസിച്ചു പഠിക്കുന്ന ഒരു വിദ്യാർത്ഥിക്ക് അത് വലിയ തുക തന്നെയാണ്.

പിന്നീട് പണമുണ്ടാക്കാനുള്ള വഴികൾ ആലോചിച്ചു. മനസ്സിൽ ഒന്നും തന്നെ തെളിഞ്ഞു വന്നില്ല. അപ്പോഴാണ് ഉച്ചയൂണ് കുറച്ചു ദിവസം വേണ്ടെന്ന് വച്ചാൽ ആ തുകയുമായി പുസ്തകം വാങ്ങാമല്ലോയെന്ന് ചിന്തിച്ചത്. അങ്ങനെ രണ്ടു മൂന്ന് ദിവസത്തെ ഉച്ചഭക്ഷണം വേണ്ടെന്നുവച്ച് *ഗീതാഞ്ജലി* വാങ്ങി.

പാളയത്ത് ഏതു നിമിഷവും പൊലീസ് പൂട്ടിക്കാവുന്ന ഒരു പുസ്തക ശാലയുണ്ടായിരുന്നു. എന്തും വരട്ടെ എന്ന മട്ടിൽ ഒരാളതു നടത്തിക്കൊണ്ടു പോയി. ധാരാളം പുസ്തകങ്ങളവിടെ വില്ക്കുന്നുണ്ടായിരുന്നു. നിത്യേന ഞാനവിടെ പോകും. എന്റെ കൈയിൽ കാശൊന്നുമുണ്ടായിരുന്നില്ല. പുസ്തകത്തോടുള്ള എന്റെ അഭിനിവേശം ആ കടയുടമയ്ക്ക് മനസ്സിലായി.

ഒരിക്കൽ കടയുടമ എന്നോടു ചോദിച്ചു പുസ്തകം വല്ലതും വേണമോയെന്ന്. എന്റെ കൈയിൽ പണമില്ലെന്ന് ഞാൻ പറഞ്ഞു.

ഇഷ്ടമുള്ള പുസ്തകം അവിടെയിരുന്നു വായിച്ചുകൊള്ളാൻ അദ്ദേഹം എനിക്ക് അനുമതി നല്കി. അങ്ങനെയാണ് ഞാൻ സ്വദേശാഭിമാനി രാമകൃഷ്ണപിള്ള എഴുതിയ കാൾ മാർക്സിന്റെ *ജീവചരിത്രം* വായിക്കുന്നത്. ആറ് അണ വിലയുള്ള ആ പുസ്തകം ഒറ്റമണിക്കൂറിൽ ഞാൻ വായിച്ചു തീർത്തു. അന്ന് ക്ലാസിൽ കയറിയതുമില്ല. പിന്നീട് കുറേക്കാലം കഴിഞ്ഞ് ഞാനതിന്റെ ഒരു കോപ്പി വാങ്ങി.

എന്താണ് പുസ്തക വായന നമ്മിൽ സൃഷ്ടിക്കുന്നത്? പലരും സംശയത്തോടെ ചോദിക്കാറുണ്ട്. എനിക്കതിനു വ്യക്തമായ ഉത്തരമുണ്ട്. പ്രധാനമായും ഓരോ പുസ്തകം വായിക്കുമ്പോഴും നമ്മുടെ ഉൾക്കാഴ്ച പൊടുന്നനേ വലുതാകുന്നുവെന്നതാണ്. നമ്മുടെ മനസ്സിന്റെ സ്ക്രീനും വലുതാകുന്നു. കടൽത്തീരത്തു ചെന്നു നിന്ന് അതിനപ്പുറമുള്ള രാജ്യങ്ങളിലെ

ജനതയെക്കുറിച്ച് നമ്മൾ ആലോചിക്കുന്നതുപോലെ പുസ്തകത്താളുകളിലെ വരികളിലൂടെ നമ്മൾ കാണുന്നത് വിശ്വജനതയെയാണ്.

ജീവിതം ദുഃഖദുരിതങ്ങളുടെ കടലാണെങ്കിൽ ആശ്വാസത്തിന്റെ പച്ചത്തുരുത്തുകളാണ് പുസ്തകങ്ങൾ. ചിലർക്ക് ഈ ആശ്വാസം പകരുന്നത് വേദപുസ്തകങ്ങളോ തത്ത്വചിന്തകളോ ആകാം. ശാസ്ത്രഗ്രന്ഥങ്ങളുമായിക്കൂടെന്നില്ല. ചിലർക്കത് നോവലോ കവിതയോ ആവാം.

രണ്ടാം ലോകമഹായുദ്ധകാലത്ത് കേരളത്തിൽനിന്ന് ആസാമിലേക്കു വണ്ടികയറിയ കൂലിപ്പണിക്കാരും പട്ടാളക്കാരും തങ്ങളുടെ തകരപ്പെട്ടികളിൽ പൊന്നുപോലെ സൂക്ഷിച്ചിരുന്ന ഒരു പുസ്തകമാണ് *രമണൻ* എന്നുകേട്ടിട്ടുണ്ട്. പ്രവാസികളായ കേരളീയർക്ക് ആയിടയ്ക്ക് ആശ്വാസം പകർന്നൊരു കഥാപുസ്തകമാണ് *ബാല്യകാലസഖി*. ആ കൂട്ടത്തിൽ *ഓടയിൽനിന്നും നാടൻ പ്രേമവും* ഉണ്ടായിരുന്നു. ഈ പ്രശസ്തി *രണ്ടിടങ്ങഴി*ക്കും *ചെമ്മീനി*നും പില്ക്കാലത്ത് കൈവന്നു.

ഇങ്ങനെ ഓരോ ഭാഷക്കാർക്കും ചില പുസ്തകങ്ങളെപ്പറ്റി പറയാനുണ്ടാകും. എഴുത്തച്ഛന്റെ *അദ്ധ്യാത്മരാമായണ*ത്തിന്റെ പുതിയൊരു കോപ്പി വാങ്ങിക്കൊണ്ടുവന്നാൽ മതി. മറ്റൊന്നും വേണ്ട എന്ന് വിദേശവാസിയായ മകനെഴുതുന്ന ഒരമ്മയെപ്പറ്റി ഒ എൻ വിയുടെ ഒരു കവിതയുണ്ട്.

നമുക്കുമുണ്ട് ജീവിതത്തെ രൂപപ്പെടുത്തുന്നതിൽ വലിയ പങ്കുവഹിച്ച പുസ്തകങ്ങൾ. എന്നാൽ, ഈ പുസ്തകങ്ങൾ മുമ്പ് താളിയോലപ്പകർപ്പുകളായി അപൂർവ്വം ചില ഗ്രന്ഥപ്പുരകളിലായിരുന്നു. ഇന്നവ നമ്മുടെ നിത്യസഹവാസികളായിരിക്കുന്നു.

വീട്ടിലൊരു വായനാ മുറിയില്ലാത്തവരുടെയും ജനൽപ്പടികളിലും മേശപ്പുറങ്ങളിലും ചുമർത്തട്ടുകളിലുമൊക്കെയായി അവർ നമ്മുടെ ബന്ധുക്കളായി ഒപ്പമുണ്ട്.

പത്തിതിരിക്കാതെ ഗദ്യം പോലെ ഈരടികൾ പരത്തിനിരത്തി അച്ചടിച്ച *രാമായണ*മാണ് കുട്ടിക്കാലത്ത് വായിച്ചിരുന്നത്. ഓരോ ഈരടിയും കഴിയുമ്പോൾ ഒരു നക്ഷത്രചിഹ്നം ചേർത്തിരുന്നത് ഇന്നുമോർക്കുന്നു.

പുസ്തകങ്ങൾകൊണ്ട് വിശപ്പടക്കിയ കാലം

ടി പത്മനാഭൻ

എന്റെ ജീവിതത്തിൽ വലിയ സ്വാധീനമുണ്ടാക്കിയത് വായനയാണ്. വായന നന്നേ ചെറുപ്പത്തിൽ തന്നെ ഭ്രാന്തമായ ഒരാവേശമായിരുന്നു. പുസ്തകങ്ങൾകൊണ്ട് വിശപ്പടക്കിയ കാലമായിരുന്നു അത്.

ഭൗതികമായ ഇല്ലായ്മകളെ മറികടന്നത് വായനയിലൂടെയായിരുന്നു. വീട്ടിൽ എല്ലാവരും വായനക്കാരായിരുന്നു. പ്രത്യേകിച്ചും സ്ത്രീകൾ. പലപ്പോഴും ഒരു പുസ്തകം കിട്ടിയാൽ ആരാണ് അത് ആദ്യം വായിക്കുക എന്ന കാര്യത്തിൽ തർക്കമുണ്ടാകുമായിരുന്നു.

ഒളിച്ചുവെച്ചും പരസ്പരം കാണാതെയും ഞങ്ങൾ പുസ്തകം ആർത്തിയോടെ വായിച്ചു. അതിലേറെയും നോവലുകളായിരുന്നു. തമിഴിൽ നിന്നും ഇംഗ്ലീഷിൽനിന്നും തർജ്ജമ ചെയ്യപ്പെട്ട ഡിറ്റക്ടീവ് നോവലുകൾ. പരിമള, രാജമ്മാൾ, അംഗനാചുംബനം തുടങ്ങിയ പേരുകൾ ഇപ്പോഴും ഓർമ്മയിലുണ്ട്. എലിമെന്ററി സ്കൂൾ കടക്കുന്നതിനു മുമ്പ് അന്ന് മലയാളത്തി

ലുണ്ടായിരുന്ന മിക്ക നോവലുകളും വായിച്ചു തീർത്തു.

സ്കൂളിൽ പഠിച്ചു കൊണ്ടിരിക്കുമ്പോൾ ഞാൻ നാലപ്പാടന്റെ *പാവങ്ങൾ* പൂർണ്ണമായും വായിച്ചു തീർത്തു. കൊച്ചു കുട്ടിയായ എനിക്ക് *പാവങ്ങൾ* വായിക്കാൻ തന്നത് ഗുരുനാഥൻ വാഴയിൽ ഗോവിന്ദൻ വൈദ്യരാണ്. സാഹിത്യത്തിന്റെ നിത്യഭാസുരമായ ലോകത്തേക്ക് എന്നെ കൂട്ടിക്കൊണ്ടു പോയതും അദ്ദേഹമായി രുന്നു.

ഞാൻ ജനിച്ചുവളർന്ന പള്ളിക്കുന്ന് വളരെ മുമ്പു തന്നെ സാഹിത്യത്തിലും സംസ്കാരത്തിലും ആഴത്തിൽ അടയാളപ്പെടു ത്തിയ നാടാണ്.

ശങ്കരകവിയും ചെറുശ്ശേരിയും മുതൽ വി ഉണ്ണികൃഷ്ണൻ നായർ വരെയുള്ളവരുമായി ബന്ധപ്പെട്ടു കിടക്കുന്ന പള്ളിക്കു ന്നിലെ മിക്കവീടുകളിലും പുസ്തകങ്ങളുണ്ടായിരുന്നു. ആളു കൾ പൊതുവെ വായിക്കുന്നവരായിരുന്നു.

സാമാന്യം നല്ല ഗ്രന്ഥശേഖരമുണ്ടായിരുന്ന കണ്ണൂർ സെൻ ട്രൽ ജയിൽ ലൈബ്രറിയിൽനിന്ന് അവിടത്തെ പരിചയക്കാരാ യ ഉദ്യോഗസ്ഥർ മുഖേന പുസ്തകങ്ങൾ കിട്ടാനുള്ള സൗകര്യം എനിക്കുണ്ടായിരുന്നു. അതുപോലെ ചിറയ്ക്കൽ രാജാസ് സ് കൂളിൽനിന്നും. നല്ല കുറേ വായനശാലകളും അന്നുണ്ടായിരു ന്നു. കൊറ്റാളിയിലെ ദേശാഭിവർദ്ധിനി വായനശാല, ഉദയം കു ന്നിലെ ടാഗോർ സ്മാരക വായനശാല, ഇടച്ചേരിയിലെ ‘ചെത്തു മുക്കി’ലെ വായനശാല. അവിടെ ചെന്നിരുന്നാണ് വായന. പു സ്തകങ്ങൾ വീട്ടിലേക്ക് കൊണ്ടുവരണമെങ്കിൽ അംഗമാ കണമല്ലോ. ഞാൻ ഒരിടത്തും അംഗമായിരുന്നില്ല.

രസകരമായ ഒരുകാര്യം കൂടിയുണ്ട്. ഈ വായനശാ ലകളിൽനിന്ന് ഞാൻ കാര്യമായ സാഹിത്യ ഗ്രന്ഥങ്ങളൊന്നും വായിച്ചില്ല. എല്ലാം രാഷ്ട്രീയ ഗ്രന്ഥങ്ങൾ. ഇന്ന് കൊല്ലങ്ങൾക്കു ശേഷം അതിനെക്കുറിച്ചെല്ലാം ഓർക്കുമ്പോൾ ഒരു പ്രത്യേകത ഞാൻ കാണുന്നു. ആ വായനശാലകളുടെയെല്ലാം പിന്നിൽ പ്രവർ ത്തിച്ചവർ തൊഴിലാളി സഖാക്കളായിരുന്നു. അറിവിന്റെ വെളി ച്ചം നാട്ടുകാരിലെത്തിക്കുക എന്നതായിരുന്നു അവരുടെ ലക്ഷ്യം. ഇത് നേടുന്നതിൽ അവർ വിജയിക്കുകയും ചെയ്തു.

കുടല്ലൂരിൽനിന്നും കുമാരനെല്ലൂർ ഹൈസ്കൂളിലേക്ക് ആ

റു നാഴികയുണ്ട്. പഴയകാലത്തെ കണക്കാണ് അതിലും കൂടുതലുണ്ടെന്ന് ഇപ്പോൾ എനിക്ക് തോന്നാറുള്ളത്. ഞങ്ങൾ മാലമക്കാവ് അമ്പലവട്ടത്തിലെത്തുമ്പോഴേക്ക് അവിടെനിന്ന് ഒരദ്ധ്യാപകനും കുറച്ച് കുട്ടികളും പുറപ്പെട്ടിട്ടുണ്ടാവും. വെളുത്തുതടിച്ച വാസുണ്ണിനമ്പ്യാർ മാസ്റ്റർ. ഫുൾകൈ ഖദർഷർട്ട്. മൂക്കിൽ നിന്ന് തെറിച്ച് നില്ക്കുന്ന രോമങ്ങൾ. പൊടിവലി. അദ്ദേഹത്തിന്റെ ചിത്രം ഇപ്പോഴും മനസ്സിലുണ്ട്. മാസ്റ്റർ ധൃതിയിൽ നടക്കുന്നതുകൊണ്ട് സംഘം പറക്കുളം കുന്നുകയറി പടിഞ്ഞാറങ്ങാടി വഴി വേഗം സ്കൂളിലെത്തുന്നു.

അദ്ദേഹം എനിക്കു ക്ലാസെടുത്തിട്ടില്ല. ഏഴാം ക്ലാസിൽ പഠിക്കുമ്പോൾ മറ്റൊരദ്ധ്യാപകൻ വന്നു ചേരാത്തതിനാൽ പകരം ഒരിക്കൽ നമ്പ്യാർമാസ്റ്റർ വന്നു പഠനവർഷത്തിന്റെ ആരംഭമാണ്. പാഠം തുടങ്ങുന്നതിനുപകരം അദ്ദേഹം ഒരു കഥ പറയാനായിരുന്നു ഭാവം. കഥ തുടങ്ങിയപ്പോൾ പലർക്കും താല്പര്യം തോന്നിയില്ല. പക്ഷേ, പിന്നീട് എല്ലാവരും നിശ്ശബ്ദരായി ശ്രദ്ധിക്കാൻ തുടങ്ങി. കുട്ടിയെ വിവാഹം കഴിക്കാൻ ഒരുങ്ങുന്ന ചെറുപ്പക്കാരനെ അറസ്റ്റുചെയ്ത് നാടുകടത്തുമ്പോഴേക്ക് മണിയടിച്ചു.

എഡ്മൺട് ഡാൻതേയ്ക്ക് എന്തു സംഭവിച്ചു? കഥ കൗണ്ട് ഓഫ് മോണ്ടി ക്രിസ്റ്റോ ആയിരുന്നു.

അടുത്ത കുറെ ദിവസങ്ങളിൽ പലപ്പോഴായി പകരംവന്ന മാസ്റ്റർ കഥ തുടർന്നു. അപ്പോഴേക്കും ശരിക്കുള്ള മാസ്റ്റർ വന്നു. കഥ പിന്നെയും ബാക്കി. വൈകുന്നേരത്തെ ഒരു മടക്കയാത്രയ്ക്കിടയിലാണ് അദ്ദേഹം മോണ്ടി ക്രിസ്റ്റോവിന്റെ പ്രതികാരകഥ അവസാനിപ്പിച്ചത്.

ക്ലാസുമുറിയിൽ ഇരുന്ന് കഥ കേൾക്കുന്നതാണ് ഉത്തമം. പക്ഷേ, നിവൃത്തിയില്ല. അതുകൊണ്ട് സ്കൂൾ വിട്ടുള്ള മടക്കയാത്രയിൽ കഥകേൾക്കാൻ ഞാനടക്കം ചിലർ മാസ്റ്ററുടെ കൂടെക്കൂടി. അപ്പോഴേക്കും ഹൈസ്കൂളിനടുത്ത് ഞാനും ജ്യേഷ്ഠനും താമസം തുടങ്ങിയിരുന്നു.

എസ് എസ് എൽ സി പരീക്ഷ കഴിഞ്ഞിരിക്കുന്ന കാലത്താണ് പാഠപുസ്തകമല്ലാത്ത ഒരു കഥാപുസ്തകം വായിക്കുന്നത്. അതെന്റെ മുമ്പിലേക്കിട്ടുതന്നത് അന്നു ഹൈസ്കൂൾ അദ്ധ്യാപകനായിക്കഴിഞ്ഞ എന്റെ മൂത്ത ജ്യേഷ്ഠനാണ്. തോമസ് ഹാർ

ഡിയുടെ റിട്ടേൺ ഓഫ് നേറ്റീവ് ആണ്. മനസ്സിലാവുന്നുണ്ട്. കഥ മനസ്സിലാവുന്നുണ്ട്. Untouched by the faintest sprinkle of Modernism തുടങ്ങിയ പ്രയോഗങ്ങളിൽ സ്വാരസ്യവും തോന്നുന്നുണ്ട്.

പിന്നെയാണ് 'കൗണ്ട് ഓഫ് മോണ്ടിക്രിസ്റ്റോ' വീട്ടിലെത്തുന്നത്. അറിയുന്ന കഥയാണ്. വീണ്ടും വായിക്കണോ? രണ്ട് കോളമായി എഴുനൂറ് പേജുകളുള്ള തടിയൻ പുസ്തകം വലിയ പ്രതീക്ഷയൊന്നുമില്ലാതെയാണ് വായന തുടങ്ങിയത്. വരാൻപോകുന്ന സംഭവങ്ങളെല്ലാം കൃത്യമായി അറിയാം. എന്നിട്ടും വായിച്ചപ്പോൾ അത്ഭുതം നിർത്താൻ കഴിയുന്നില്ല. കുളി, ഊണ്, നിത്യകർമ്മങ്ങൾ എന്നിവയ്ക്ക് ഏറ്റവും കുറച്ച് സമയം നീക്കിവെച്ച് നാലോ അഞ്ചോ ദിവസംകൊണ്ട് അത് വായിച്ച് തീർത്തപ്പോൾ തീർന്നല്ലോ എന്ന കഠിനദുഃഖം. കഥാപാത്രങ്ങളും നിർണ്ണായകനിമിഷങ്ങളും എന്റെ ഇരുട്ട് മുറിയിൽ കൂടെയുണ്ട്. വായനയുടെ ലഹരി ആദ്യമായി അനുഭവിച്ചത് ആദ്യ ദിവസങ്ങളിലായിരുന്നു.

അടുത്ത് 'ത്രീ മസ്കറ്റിയേഴ്സ്' കിട്ടി. അതിനുമുമ്പ് 'ക്വൻസ് നെക്ലസ്' എന്ന പേരിൽ പാഠപുസ്തകത്തിനായുള്ള ഒു സംഗ്രഹം കിട്ടിയിരുന്നു. വായിച്ചപ്പോൾ ഒരു രസവും തോന്നിയില്ല. വലിയ പുസ്തകം കിട്ടി വായന തുടങ്ങിയപ്പോൾ മുമ്പേ ഞാൻ പരിചയപ്പെട്ട ഏത്തോനും പോർത്തോനും ആരമീസും ഡിയാർട്ടഗ്നനും എല്ലാം ഇതാ എന്റെ കൂടെ. അവരുടെ കൂടെ ഞാനും യുദ്ധംചെയ്തു. അപകടങ്ങളിൽപ്പെട്ടു. തലനാരിഴയ്ക്കു രക്ഷപ്പെട്ടു. അതിന്റെ തുടർച്ചയായി വന്ന വാല്യങ്ങൾ തേടിപ്പിടിക്കൽ ജീവിതത്തിന്റെ ലക്ഷ്യങ്ങളിലൊന്നായി മാറി.

വായന പിന്നീട് ആവശ്യമായി, ആനന്ദമായി, ചിലപ്പോൾ ജീവിതത്തിലെ രൂക്ഷമായ പ്രശ്നങ്ങളിൽനിന്നുള്ള ഒളിച്ചോട്ടത്തിനുള്ള ഉപാധിയുമായി.

പറക്കുളം കുന്നുകളിലൂടെ നടന്ന് കഥപറഞ്ഞുതന്ന ആ അദ്ധ്യാപകൻ പണ്ഡിതനോ പ്രശസ്തനോ ഒന്നുമായിരുന്നില്ല. പുസ്തകം വായിച്ചിരുന്ന ഒരദ്ധ്യാപകൻ മാത്രം.

പുസ്തകങ്ങളുടെ അത്ഭുതലോകത്തിലേക്ക് കടന്നുചെല്ലാനുള്ള തങ്കത്താക്കോൽ കാണിച്ചുതന്ന ആ അദ്ധ്യാപകനോട് എന്നും ഞാൻ കടപ്പെട്ടിരിക്കുന്നു.

മലയാളത്തിന്റെ മധുരമറിഞ്ഞത് വായനയിലൂടെ

സുഗതകുമാരി

മുത്തശ്ശി ചൊല്ലിത്തന്ന പാട്ടും പറഞ്ഞുതന്ന കഥകളും കേട്ടാണ് ഞാൻ വളർന്നത്. ഇന്നുള്ളതുപോലെ ടി വിയോ കമ്പ്യൂട്ടറോ പുസ്തകങ്ങളോ ഇല്ലാതിരുന്ന കാലം.

എന്റെ കുഞ്ഞുബുദ്ധി മുത്തശ്ശിയുടെ വായിൽനിന്നും വീഴുന്നത് എന്തും ഒപ്പിയെടുക്കും. മുത്തശ്ശി *രാമായണം* ഈണത്തിൽ ചൊല്ലും. അതിലെ വരികൾ അർത്ഥമറിയാതെയാണെങ്കിലും കാണാതെ പഠിക്കും.

അഞ്ചാം വയസ്സിൽ അക്ഷരം കൂട്ടിവായിക്കാൻ തുടങ്ങിയപ്പോൾ എന്റെ കൈയിൽ വച്ചുതന്ന ആദ്യപുസ്തകവും *രാമായണം* തന്നെ. ആകർഷകമല്ലാത്ത, ചിത്രങ്ങളില്ലാത്ത, മഞ്ഞക്കടലാസിലുള്ള തടിയൻ പുസ്തകം. പിന്നെ കിട്ടിയത് കുമാരനാശാന്റെ *ശ്രീബുദ്ധചരിതം*. വരികളുടെ അർത്ഥം മനസ്സിലാകാതെയാണെങ്കിലും *രാമായണ*വും *ബുദ്ധചരിത*വും വായിച്ചപ്പോൾ ഒരുതരം ആനന്ദം അനുഭവപ്പെട്ടിരുന്നു. ഒരുതരം വി

കാരാവേശം. ഇന്നത്തെപ്പോലെ ചിത്രങ്ങളില്ലാത്ത പുസ്തകങ്ങളാണവ.

ചിത്രങ്ങളില്ലാത്തിടത്ത് ഭാവന വികസിക്കും. ചിത്രങ്ങളിലൊതുങ്ങില്ല കുട്ടികളുടെ ഭാവന. ഇന്ന് ടെലിവിഷന് മുന്നിലിരുന്ന് കണ്ട് കണ്ട് ഭാവന മങ്ങുന്നു. വായന ഭാവനാലോകത്തേക്ക് നയിക്കും. ആ ലോകത്തേക്ക് ചിത്രങ്ങളിലൂടെ എത്താൻ കഴിയുമോ? ഭാഷയുടെ മാധുര്യമറിഞ്ഞ് രസിക്കുവാൻ വായനകൊണ്ട് കഴിയും. എന്റെ കുട്ടിക്കാലം ഇങ്ങനെയൊക്കെയായിരുന്നു.

പുസ്തകങ്ങളെ ആർത്തിയോടെ സമീപിച്ച കാലം, ആവേശത്തോടെ വായിച്ചിരുന്ന കാലം. സ്കൂളിൽ ആഴ്ചയിൽ ഒരു പിരീഡ് സാഹിത്യസമാജമുണ്ടാകും. കവിതചൊല്ലലും അക്ഷരശ്ലോകമത്സരവും അവിടെ നടക്കും. എത്രയെത്ര ശ്ലോകങ്ങളാണ് കാണാതെ പഠിച്ചത്. ശ്ലോകങ്ങൾ ഉരുവിടുന്നത് ഭാഷാശുദ്ധി കൈവരിക്കാൻ സഹായിക്കും. നല്ല ഭാഷ തെറ്റുകൂടാതെ സംസാരിക്കാൻ കഴിയുന്നതും ഒരു ശേഷിയല്ലേ?

മലയാളത്തെ സ്നേഹിക്കുന്ന ഒരു തലമുറ വളർന്നുവരണം. മിടുക്കന്മാരെല്ലാം മലയാളം ഉപേക്ഷിക്കുന്ന കാലമാണിത്. കുറച്ച് കുട്ടികളെങ്കിലും മലയാളത്തെ സ്നേഹിക്കാനുണ്ടാകണം. അതിനുപാകത്തിൽ ബാലസാഹിത്യങ്ങളുണ്ടാകണം. കളർചിത്രങ്ങൾകൊണ്ട് കുട്ടികളുടെ വായനാനുഭവം നഷ്ടപ്പെടുത്തരുത്. മലയാളത്തിലെ ബാലസാഹിത്യം ഇതര ഭാഷകളിലെ ബാലസാഹിത്യവുമായി തട്ടിച്ചുനോക്കിയാൽ വളരെ പിറകിലാണ്. ഇത് മാറണം. നമ്മുടെ കുഞ്ഞുങ്ങളുടെ ഭാവനകൾക്ക് തിളക്കം കൂട്ടുന്ന സാഹിത്യവും കലയുമുണ്ടാകണം.

വായനയുടെ സ്വർഗ്ഗത്തിൽ

കാക്കനാടൻ

വായന എന്നും ലഹരിയായിരുന്നു. കുട്ടിക്കാലം മുതലുള്ള ശീലമാണത്. വീട്ടിലെ അന്തരീക്ഷത്തിൽ നിന്നാണ് വായനയോടുള്ള താല്പര്യം ജനിച്ചത്. അച്ഛൻ സുവിശേഷകനായിരുന്നു. അദ്ദേഹത്തിന് വലിയൊരു ഗ്രന്ഥശേഖരമുണ്ട്. നന്നായി വായിക്കുകയും ഞങ്ങളെ വായിക്കാൻ പ്രേരിപ്പിക്കുകയും ചെയ്യുമായിരുന്നു അച്ഛൻ. എല്ലാ വിഷയത്തിലുമുള്ള പുസ്തകങ്ങൾ ചെറുപ്പത്തിൽ വായിച്ചു തുടങ്ങി. കഥകളും കവിതകളും മാത്രമല്ല, തത്ത്വശാസ്ത്രഗ്രന്ഥങ്ങളും അതിൽപ്പെടും. അതിൽ നിന്നെല്ലാം ഉൾക്കൊള്ളേണ്ടത് ഉൾക്കൊള്ളാനും തള്ളേണ്ടത് തള്ളാനും ആദ്യംമുതല്ക്കേ ശീലിച്ചു. വായനയിൽ സെലക്ടീവായത് കോളേജ് പഠനകാലത്തോടെയാണ്.

ഞാൻ വളരുന്നതോടൊപ്പം എന്റെ വായനയും വളർന്നു. മാതൃഭാഷ വിട്ട് മറുഭാഷകളിലേക്ക് അത് വളർന്നു. വലിയ എഴു

ത്തുകാരുടെ രചനകൾ വായിച്ച് അത്ഭുതംകൂറി. ഡോസ്റ്റോവ് സ്കിയെ വായിച്ചപ്പോൾ പുതിയൊരു ലോകമാണ് അനുഭവി ച്ചത്. ബൽസാക്ക് അക്ഷരാർത്ഥത്തിൽ അമ്പരപ്പിച്ചു. നാല് വർ ഷം കൊല്ലം എസ് എൻ കോളേജിലാണ് പഠിച്ചത്. നാല് ഷേക് സ്പിയർ കൃതികളാണ് ക്ലാസിൽ പഠിക്കാനുണ്ടായിരുന്നത്. ഇക്കാ ലം കൊണ്ട് മുഴുവൻ ഷേക്സ്പിയർ കൃതികളും ഞാൻ വായി ച്ചിരുന്നു.

ഇപ്പോഴത്തെ തലമുറ വായനയുടെ കാര്യത്തിൽ വളരെ പി ന്നിലാണ്. എന്തെങ്കിലും നാലക്ഷരം എഴുതി എഴുത്തുകാരനാ യാൽപ്പിന്നെ വായിക്കുന്നതുതന്നെ കുറച്ചിലായി കാണുന്നവരാ ണ് അവരിൽ പലരും. ഞങ്ങൾ ഒറ്റയ്ക്കും ചിലപ്പോൾ കൂട്ടായിരു ന്നും വായിക്കുകയും ചർച്ചചെയ്യുകയും ചെയ്തിരുന്നു. ഞാൻ ഇപ്പോഴും വായിച്ചുകൊണ്ടിരിക്കുന്നു. കണ്ണിനുള്ള ചില പ്രയാ സങ്ങൾ കണക്കിലെടുക്കാതെയും വായിക്കും.

പുസ്തകങ്ങൾ ഗുരുക്കന്മാർ

സി രാധാകൃഷ്ണൻ

എന്തിനാണ് പുസ്തകം വായിക്കുന്നത്. കൂട്ടുകാർ ആലോചിച്ചിട്ടുണ്ടോ? മണ്ണ് ചവിട്ടിക്കുഴച്ച് ചൂളയിൽ വെച്ച് പാത്രങ്ങളുണ്ടാക്കുന്നതുപോലെ നമ്മുടെ മനസ്സിനെ സംസ്കരിച്ച് മനോഹരമാക്കാൻ അവയ്ക്ക് കഴിയും. അതുകൊണ്ട് നമ്മുടെ ഗുരുക്കന്മാർ തന്നെയാണ് പുസ്തകങ്ങൾ, അനൗപചാരിക ഗുരുക്കന്മാർ.

എട്ടുകാലിയെ ശ്രദ്ധിച്ചിട്ടുണ്ടോ? പ്രാകൃതമായ ശരീരമാണതിന്. എന്നാൽ ഈ ശരീരമുപയോഗിച്ച് ഇരകളെ പിടിക്കാനുള്ള വല നെയ്തുണ്ടാക്കാൻ എട്ടുകാലിക്കാവും. എന്തുമനോഹരമായ വലയാണത്. തൂക്കണാംകുരുവിയുടെ കൂടു കണ്ടിട്ടുണ്ടോ? എത്ര വിദഗ്ദ്ധമായാണ് അത് ഉണ്ടാക്കിയിരിക്കുന്നത്! തൂക്കണാംകുരുവി കോളേജിൽ പോയി എഞ്ചിനീയറിങ് പഠിച്ചിട്ടൊന്നുമില്ലല്ലോ. മയിൽ മനോഹരമായി നൃത്തം ചെയ്യുന്നു. കുയിൽ മധുരമായി പാടുന്നു. ഇവയ്ക്കെല്ലാം ജന്മനാ ഉള്ള ഗു

ണവിശേഷങ്ങളാണതെല്ലാം.

എന്നാൽ മനുഷ്യക്കുഞ്ഞിന് ഈ വക കഴിവുകളൊന്നുമില്ല. എന്നാൽ ഒരു മെച്ചമുണ്ട്. അതിനെ എന്തും പഠിപ്പിക്കാം. അതിന് പറ്റിയ ഒരു സോഫ്റ്റ്‌വെയർ മനുഷ്യക്കുട്ടിയുടെ ഉള്ളിലുണ്ട്. ചിലന്തിയെയോ മയിലിനെയോ കിളിയെയോ കുയിലിനെയോ പുതിയ ഒരു കാര്യവും പഠിപ്പിക്കാനാവില്ല. പാരമ്പര്യമായി പകർന്നുകിട്ടിയ വിദ്യ അവ പ്രയോഗിക്കുന്നുവെന്നേയുള്ളൂ. കാലമെത്ര കഴിഞ്ഞാലും അതേ രീതിയിൽ മാറ്റമൊന്നുമില്ലാതെ ആവർത്തിക്കാനേ അവയ്ക്ക് കഴിയൂ.

എന്നാൽ മനുഷ്യക്കുഞ്ഞുങ്ങൾ അങ്ങനെയല്ല! അവർ പുതിയ കാലത്തിനൊത്ത് ഉയർന്നു പ്രവർത്തിക്കും. കാലാനുസൃതമായ ഈ മാറ്റത്തെ ഉൾക്കൊള്ളുന്നതുകൊണ്ടാണ് മനുഷ്യൻ പുരോഗമിക്കുന്നത്. പുതിയ പുതിയ കാര്യങ്ങൾ കണ്ടെത്താനും ഉണ്ടാക്കാനും മനുഷ്യന് കഴിയും. അങ്ങനെ കഴിയണമെങ്കിൽ മനസ്സ് നിറയെ പുത്തൻ ആശയങ്ങൾ ഉണ്ടായിരിക്കണം.

ആശയങ്ങൾ എവിടെ നിന്ന് കിട്ടും? അതിനാണ് പുസ്തകങ്ങൾ വായിക്കേണ്ടത്. നല്ല ഗുരുവാണ് നല്ല പുസ്തകങ്ങൾ. മുതിർന്നവരുടെ അനുഭവപാഠത്തിന്റെ രത്നച്ചുരുക്കമാണ് അവരെഴുതിയ പുസ്തകങ്ങളിലുള്ളത്.

ചെറിയ ക്ലാസുകളിൽ പഠിപ്പിച്ചവർ വലിയ മനുഷ്യരായിരുന്നു. വീട്ടിൽനിന്ന് കിട്ടിയതിന്റെ തുടർച്ച അവർ തന്നു. ഹൈസ്കൂളിൽ ഈ ഗുരുകാരുണ്യം ഒരുപടികൂടി വികസിച്ചും കിട്ടി. അതൊന്നാണ് എഴുത്തിലേക്ക് എന്നെ തിരിച്ചുവിട്ടത്. മലയാളം കോമ്പോസിഷൻ എഴുതിയ നോട്ടുപുസ്തകം ക്ലാസിൽ എല്ലാവർക്കും തിരികെ കിട്ടിയിട്ടും എനിക്കു കിട്ടാത്ത ആ ദിവസം മറക്കാവുന്നതല്ല. കനത്ത ശിക്ഷയിൽ പ്രസിദ്ധനായ പത്മനാഭ പണിക്കർ സാർ, അവസാനം, നിർദ്ദേശിച്ചു: “ടീച്ചേഴ്സ് റൂമിലേക്ക് വാ. അവിടുന്ന് തരാം.”

രണ്ടു കൈകളും കവിളുകളും അടി ഏറ്റുവാങ്ങാൻ ഒരുങ്ങിയാണ് ചെന്നത്. ആദ്യം തന്നത് ഒരു ബിസ്കറ്റ്. എന്നിട്ട് നോട്ടുപുസ്തകം തുറന്നു കാണിച്ചു പറഞ്ഞു: “ഇങ്ങനെ എഴുതാൻ എളുപ്പമല്ല. പക്ഷേ, ഒരക്ഷരം തെറ്റിച്ചിരിക്കുന്നു! കൈ നീട്ട്.”

ഒട്ടും മോശമല്ലാത്ത ഒരു പൂശ്! കൂടെ ഒരു കല്പനയും: "ക്ലാസുവിട്ടാൽ ലൈബ്രറിയിൽ വന്നേ പോകാവൂ."

തന്റെ ചുമതലയുള്ള ലൈബ്രറിയിൽനിന്ന് പുസ്തകങ്ങൾ തെരഞ്ഞെടുത്ത് വായിപ്പിച്ച് അവയെപ്പറ്റി കുറിപ്പുകളെഴുതിച്ച് സ്വന്തമായ ഈരടികൾ കുറിപ്പിച്ച് അദ്ദേഹം വഴികാണിച്ചു.

ഉച്ചപ്പട്ടിണിക്കാരനായ ഞാൻ വീട്ടിലേക്ക് തളർന്നു നടക്കുമ്പോൾ തന്റെ സൈക്കിളും ഉന്തി കൂടെ നടന്ന് കാവ്യജീവിതവ്യത്തിയും ധ്വനിപ്രകരണവും പഠിപ്പിച്ചു. ഉച്ചപ്പട്ടിണിക്കാരനായിരുന്നു അദ്ദേഹവും.

ഒന്നും തിരികെ മോഹിച്ചായിരുന്നില്ല. ഞാൻ ഒരെഴുത്തുകാരനായി കാണാൻ പോലും അദ്ദേഹത്തിന് ഇട കിട്ടിയില്ല.

അക്ഷരം കുറിക്കാൻ തുടങ്ങുമ്പോൾ എന്നും അദ്ദേഹത്തെയാണ് ഞാൻ ആദ്യം ഓർക്കാറ്. അദ്ദേഹം ഇതു വായിക്കും എന്ന് തോന്നാറുണ്ട്.

നല്ലതെന്തെങ്കിലും എഴുതിവച്ചാൽ ആ മുഖത്ത് ഒരു ചിരി പതിവുണ്ട്. അതാണ് ഇന്നും എന്റെ ലക്ഷ്യം.

ഭാവനയെ ഉണർത്തുന്ന വായന

പ്രൊഫ. ബി ഹൃദയകുമാരി

അമ്മയുടെ നിഷ്കർഷയോടും വിമെൻസ് കോളേജിന്റെ ഗ്രന്ഥശേഖരത്തോടും ഞാൻ കടപ്പെട്ടിരിക്കുന്നു.

സ്കൂൾ കുട്ടിയായ എനിക്ക് വിമൻസ് കോളേജിൽനിന്ന് കിട്ടിയ ഏറ്റവും വിലപ്പെട്ട അനുഭവം അവിടത്തെ പുസ്തകങ്ങൾ വായിക്കുകയാണ്. അമ്മ പതിവായി കോളേജ് ലൈബ്രറിയിൽനിന്ന് പുസ്തകങ്ങൾ എടുത്തുകൊണ്ടുവരും. സംസ്കൃത പുസ്തകങ്ങൾ തുടങ്ങി പലതും അമ്മയ്ക്ക്. ചരിത്രഗ്രന്ഥങ്ങൾ അച്ഛന്. കഥാപുസ്തകങ്ങളും കവിതകളും എനിക്ക്. പിന്നീടെപ്പോഴോ മുതൽ സുഗതയ്ക്കും. കൊച്ചുക്ലാസുകളിൽ മനസ്സിലാക്കാത്തതുമായ പുസ്തകങ്ങൾ വായിച്ചുതുടങ്ങി. പഞ്ചതന്ത്രകഥകൾ മുതൽ *പത്മപുരാണം, വിഷ്ണുപുരാണം* തുടങ്ങിയ ഗ്രന്ഥങ്ങൾവരെ ഒരു തരംതിരിവുമില്ലാതെ വായിക്കും. വല്ലതും മനസ്സിലായോ എന്തോ. എങ്കിലും ഭാവനയെ ഉണർത്തുന്ന എന്തൊക്കെയോ അവയിൽ ഉണ്ടായിരുന്നു. ഇടിമുഴങ്ങുമ്പോൾ വിന്ധ്യപർവ്വതസാനുക്കളിൽ മരതക രത്നങ്ങൾ

പൊട്ടിമുളച്ചുണ്ടാകുമെന്ന് ഒരു പുരാണത്തിൽ വായിച്ചു. അവിടെയൊന്നും പോകാൻ എത്രനാൾ കൊതിച്ചു. മരതകം, മാണിക്യം, പുഷ്യരാഗം, ഇന്ദ്രനീലം തുടങ്ങിയ പേരുകൾ പരിചയപ്പെട്ടതും അവയെപ്പറ്റി പല പല സങ്കല്പങ്ങളുണ്ടാക്കാൻ തുടങ്ങിയതും അക്കാലത്താണ്. അരിയും മാതളക്കുരുവും മഞ്ഞളും കൂടി വേവിച്ച ചോറ് അരച്ചു മുഖത്തു പുരട്ടിയാൽ സുന്ദരിയാകാമെന്നും ഒരു പുരാണത്തിൽ വായിച്ചത് പരീക്ഷിക്കണമെന്ന് പലപ്പോഴും ആശിച്ചതാണ്. സാധിച്ചില്ല. കോളേജിൽനിന്ന് കുട്ടിക്കാലത്ത് കിട്ടിയ പുസ്തകങ്ങളിൽ എന്നെ ഏറ്റവും ആകർഷിച്ചത് *വീരസിംഹന്റെ കഥകളും* ജപ്പാനെപ്പറ്റിയുള്ള ഒരു യാത്രാവിവരണവും *ആഴിയുടെ അടിത്തട്ടിൽ* എന്ന സാഹസിക കഥയുമായിരുന്നു.

വീരസിംഹകഥകൾ ഷെർലക് ഹോംസ് കഥകളുടെ നല്ല വിവർത്തനമാണെന്ന് പിന്നീട് മനസ്സിലായി. ടാഗോറിന്റെ ജീവിത സ്മരണകളായിരുന്നു വീണ്ടും വീണ്ടും വായിച്ചിരുന്ന മറ്റൊരു പുസ്തകം. ഏഴെട്ടു വയസ്സുമുതൽ മുപ്പതു വയസ്സുവരെയെങ്കിയും ഞാനതു വായിക്കുമായിരുന്നു. പുസ്തകങ്ങളെപ്പറ്റി പറഞ്ഞുതുടങ്ങിയാൽ അവസാനമില്ല. ഫെയറി കഥകളിൽക്കൂടി ഇംഗ്ലീഷിലുമെത്തി. കോളേജിൽ എത്തുന്നതിന് മുൻപുതന്നെ സ്റ്റവൻസൺ, ജെയ്ൻ ഓസ്റ്റിൻ, ബ്രോൺടി സഹോദരിമാർ, ഡിക്കിൻസ്, ഹാർഡി എന്നിങ്ങനെ നിരവധി ക്ലാസിക്കുകളും മറ്റനേകം പുസ്തകങ്ങളും പരിചിതമായി. ഹൈസ്കൂൾ ക്ലാസുകളിൽ വച്ച് ഇവയൊക്കെ വായിക്കാൻ സാധിച്ചത് അമ്മയുടെ നിഷ്കർഷയോടും വിമെൻസ് കോളേജിന്റെ ഗ്രന്ഥശേഖരത്തോടും ഞാൻ കടപ്പെട്ടിരിക്കുന്നു. വായിക്കുന്നതൊക്കെ ഒരുവിധം മനസ്സിലാക്കാനും ആസ്വദിക്കാനും ശീലിപ്പിച്ചത് അച്ഛനമ്മമാരും കോട്ടൺഹിൽ സ്കൂളിലെ അദ്ധ്യാപികമാരുമാണ്.

നന്മ വിതയ്ക്കാൻ നല്ലതുവായിക്കണം

യു എ ഖാദർ

നിരവധി കോപ്പികൾ കുട്ടികൾക്കിടയിൽ പ്രചരിക്കുന്നുവല്ലോ. എന്നാൽ വായനയിൽ താല്പര്യം മാറിക്കൊണ്ടിരിക്കുന്നുണ്ട്. എന്തു വായിക്കണമെന്നും എങ്ങനെ വായിക്കണമെന്നും കൂട്ടുകാർക്ക് വ്യക്തതയുണ്ടാക്കിക്കൊടുക്കാൻ മുതിർന്നവർ ശ്രദ്ധിക്കണം.

നമ്മുടെ സാഹിത്യകാരന്മാരെക്കുറിച്ചോ അവരുടെ കൃതികളെക്കുറിച്ചോ വേണ്ടത്ര അറിവ് പുതിയ തലമുറയ്ക്കുണ്ടാവുന്നില്ല. വൈക്കം മുഹമ്മദ് ബഷീറിനെ അറിയേണ്ടതുപോലെ കൂട്ടുകാർ അറിഞ്ഞിട്ടുണ്ടോ? ഭാഷയിലും സാഹിത്യത്തിലുമുണ്ടാകുന്ന പുതുമകളെക്കുറിച്ച് നന്നായി അറിവുണ്ടാകണം. കുഞ്ഞുമനസ്സുകളിൽ ആത്മവിശ്വാസവും പ്രതികരണശേഷിയും വളർത്തുകയാണ് പ്രസിദ്ധീകരണങ്ങൾ ചെയ്യേണ്ടത്. എന്നാൽ ഇപ്പോഴത്തെ പല മാസികകളും അവരുടെ മനസ്സിനെ മലിനമാക്കുകയാണ്. വെറും കച്ചവടമായി മാത്രമാണ് അത്തരക്കാർ പ്രസിദ്ധീ

കരണങ്ങളെ കാണുന്നത്. അനീതിക്കെതിരെ പൊട്ടിത്തെറിക്കാനുള്ള ആവേശത്തെ തണുപ്പിക്കുകയാണവ ചെയ്യുന്നത്.

സ്റ്റണ്ട് സിനിമ കണ്ടുകണ്ട് വലിയ സംഘട്ടനവും കൊലപാതകവുമെല്ലാം നിസ്സാരമാണെന്ന് കരുതാൻ നമ്മുടെ മനസ്സ് ശീലിച്ചിരിക്കുന്നു. മുമ്പ് ചൈനയിൽ ജോലിക്കുപോവുന്ന അമ്മമാർ കുഞ്ഞുങ്ങളെ ഉറക്കാൻ അവരുടെ ചുണ്ടുകളിൽ മയക്കുമരുന്ന് വെച്ചു കൊടുക്കുമായിരുന്നു. കുഞ്ഞ് ഒന്നുമറിയാതെ മയങ്ങിക്കൊള്ളും. ദിവസം കഴിയുന്തോറും മയക്കുമരുന്നിന്റെ അളവു കൂടും. താല്ക്കാലികാവശ്യത്തിനായി അമ്മമാർ ചെയ്യുന്ന ഈ കാര്യം കുട്ടിയുടെ കരുത്തും കാന്തിയും കെടുത്തും. ഇതുപോലെ നിലവാരം കുറഞ്ഞ പ്രസിദ്ധീകരണങ്ങളും നമ്മുടെ കുട്ടികളുടെ മാനസികാരോഗ്യത്തെ നശിപ്പിക്കും.

ദൈവങ്ങളെ ഭ്രഷ്ടരാക്കുന്ന കല

കെ പി അപ്പൻ

ചെറുപ്പം മുതൽതന്നെ ഞാൻ ഭിക്ഷ ചോദിച്ചിരുന്നു. ആഹാരമോ വസ്ത്രമോ അല്ല. പുസ്തകങ്ങൾ! പുസ്തകങ്ങൾക്കുവേണ്ടി ഞാൻ വായനശാലകൾക്കു മുമ്പിൽ ചെന്നുനിന്നിരുന്നു. കോളേജിൽ പഠിക്കുന്ന കാലത്ത് പുസ്തകങ്ങൾക്കുവേണ്ടി അദ്ധ്യാപകരുടെ വീടുകളിൽ ഞാൻ തെണ്ടി നടന്നു.

പുസ്തകങ്ങൾ എനിക്ക് സന്ന്യാസിയുടെ ഭക്ഷണമാണ്. വായന എനിക്ക് ആത്മീയപ്രവർത്തനമാണ്. വായന ഒരു ജന്മവാസനയാണ്. അത് ജന്മനാതന്നെ കിട്ടുന്ന അഭിരുചിയാണ്. നിങ്ങൾക്ക് പാട്ടുപാടാനറിയാമോ? ചിത്രം വരയ്ക്കാനറിയാമോ? നൃത്തം ചെയ്യാൻ കഴിയുമോ? എന്നു ചോദിക്കുന്നതുപോലെ തന്നെയാണ് വായിക്കാനറിയാമോ എന്നു ചോദിക്കുന്നതും.

അതൊരു ഈശ്വരകലയാണ്.

മനുഷ്യൻ ലോകത്തെ അറിയുന്നതിന്റെ ഏറ്റവും വിലപ്പെട്ട ആധാരരേഖയാണ് പുസ്തകം. അതിന്റെ വായന വെറും അറി

വല്ല തരുന്നത്. അത് തീയുടെ ദാഹകശക്തിയോടെ എന്റെ മനസ്സിലേക്ക് കടന്നുവരുന്നു. ഈ ലോകം വളരെ മെച്ചപ്പെട്ടതാണെന്ന കാഴ്ചയുടെ സ്ഥിതി എന്നെ വളരെ ആകർഷിക്കാറില്ല.

ലോകത്തിന്റെ രോഗസ്ഥിതിയാണ് വായനയിൽ എന്റെ മനസ്സിൽ തട്ടുന്നത്. ഇതോടൊപ്പം ലൗകികാവസ്ഥയ്ക്ക് അപ്പുറമുള്ളതിലേക്ക് വായന എന്നെ കൂട്ടിക്കൊണ്ടുപോകാറുണ്ട്. എഴുത്തിന്റെ ലോകം ചരിത്രം നിർണ്ണയിക്കുന്ന പരിധിയിൽ നില്ക്കുന്നില്ല. അതിനപ്പുറത്തേക്ക് പോകുന്നു.

അപ്പോൾ വായന എന്നെ പറക്കാൻ പഠിപ്പിക്കുന്നു. വിദേശ ഗ്രന്ഥങ്ങൾ എന്റെ വായനയിലേക്ക് ഒരുപാട് കടന്നുവരാറുണ്ട്. അവയെ സാംസ്കാരിക നിർമ്മിതികളായി ഞാൻ കാണുന്നു. എന്നാൽ വിദേശ സംസ്കാരപഠനംഎന്ന നിലയിൽ മാത്രം ഞാൻ ആ പുസ്തകങ്ങൾ വായിക്കുന്നില്ല.

സർവ്വജനസുഗ്രഹമായ ജീവിതാവസ്ഥ എന്ന നിലയിലാണ് എന്റെ വായന പലപ്പോഴും അതിനെ തിരിച്ചറിയുന്നത്. ഇതിനിടയിൽ എന്റെ വായനയെ തരിശാക്കുന്ന പുസ്തകങ്ങളും കടന്നുവരാറുണ്ട്.

പുസ്തകം എഴുതപ്പെട്ട ലോകമാണ്. എഴുതപ്പെട്ട ലോകം ഒരു വസ്തുവാണ്.

ഈ സ്ഥിതിയിൽ മനുഷ്യമനസ്സിന് അത് വിഷയമാണ്. ഈ അർത്ഥത്തിൽ എല്ലാത്തരം വായനയും ആത്മനിഷ്ഠമാണ്. അല്ലെങ്കിൽ ആത്മനിഷ്ഠമായ വസ്തുനിഷ്ഠതയാണ്. ആസ്വാദനത്തോടെ വായനയിലെ പുസ്തകത്തിന്റെ ജീവിതം പൂർണ്ണമാകുന്നില്ല. ഓരോ പുസ്തകവും സർഗ്ഗാത്മകമായ വായന ആവശ്യപ്പെടുന്നുണ്ട്.

മാറ്റത്തിന് വിധേയമാകാൻ സന്നദ്ധമായി നില്ക്കുന്ന പ്രതിപാദനം കൂടിയാണത്. ഇതറിഞ്ഞുകൊണ്ടുള്ള വായനയാണ് എന്റേത്.

എന്റെ വായന ചിലപ്പോൾ സ്വപ്നം പോലെയാണ്. വായനയിലൂടെ പുസ്തകത്തിന്റെ അർത്ഥം തേടുമ്പോൾ എന്റെ മാനസികനില ഒരു സ്വപ്നത്തിന്റെ പ്രവചനാതീതമായ അവസ്ഥയായി ത്തീരുന്നു. സ്വപ്നം ഒരിക്കലും മുൻകൂട്ടി നിശ്ചയിക്കപ്പെടുന്നില്ല.

മുൻകൂട്ടി നിശ്ചയിക്കാൻ കഴിയാത്ത ഒരു അർത്ഥത്തെ എന്റെ വായന ആഘോഷിക്കാറുണ്ട്. അർത്ഥത്തിന്റെ ധ്വനിപരമായ അനിശ്ചിതത്വം സ്വപ്നത്തിന്റെ അനുഭവമാണ് എനിക്ക് തരാറുള്ളത്. സർറിയലിസ്റ്റിക് കൃതികൾ വായിച്ച അനുഭവം ഞാൻ ഓർക്കുന്നു.

ഭ്രമകല്പനകൾക്ക് പ്രാധാന്യം നല്കുന്ന കൃതികൾ ആസ്വദിച്ചത് ഓർക്കുന്നു. മാജിക് റിയലിസം ആസ്വദിച്ചത് ഓർമ്മയിൽ വരുന്നു. അപ്പോൾ ഞാൻ വായനക്കാരനല്ല. നിരൂപകനല്ല. സ്വപ്നം കാണുന്നവനാണ്. എന്നാൽ സ്വപ്നജീവിയല്ല.

ഇത് പൊതുധാരണകൾക്കപ്പുറത്ത് എന്റെ സാംസ്കാരിക ജിജ്ഞാസയെ കൊണ്ടുപോകുന്നു. സ്വപ്നം ജീവിതത്തോട് ചെയ്യുന്നതാണ് എന്റെ വായന പുസ്തകങ്ങളോട് ചെയ്യുന്നത്. ജോയിസും ഫോക്നറും നാഴികമണിയോട് ചെയ്തതാണ് എന്റെ വായന സാഹിത്യത്തെക്കുറിച്ചുള്ള പൊതുധാരണകളോട് ചെയ്യുന്നത്.

സാംസ്കാരികമായി ഒരു മുഖ്യധാരാ വായനക്കാരനാവാൻ ഞാൻ ഇഷ്ടപ്പെടുന്നില്ല. വായിക്കുമ്പോഴും വിലയിരുത്തുമ്പോഴും നിലവിലുള്ള ബൗദ്ധിക മൂലധനത്തെ ഞാൻ പുറത്തുനിർത്തുന്നു.

സർവ്വകലാശാലാ സംസ്കാരത്തിന് പുറത്തുള്ള അഭിരുചിയാണ് എന്റെ വായനയെ ഭരിക്കുന്നത്. സ്വന്തം സാംസ്കാരിക ദൃഢനിശ്ചയങ്ങളാണ് അവിടെ പ്രബലമായിത്തീരുന്നത്.

വായന സ്വയം മാനസിക പാഠരൂപങ്ങൾ സൃഷ്ടിക്കുകയാണ്. വായന ഉത്തരം പറയൽ പോലെ ഒന്നായിത്തീരുന്നു. വായന പ്രതിഭാഷണം നടത്തുന്നു. വെറുതെ വായിക്കുകയല്ല സംവാദാത്മകമായ വീക്ഷണത്തിലൂടെ വായിക്കുകയാണ്. സൃഷ്ടിയുടെ അനുഭവവും വായനയോടൊപ്പം സജീവമാകുന്ന അനുഭവവും വായനയോടൊപ്പം സജീവമാകുന്ന സാഹിത്യവിവേകവും തമ്മിലുള്ള സംവാദമാണത്.

ഈ സന്ദർഭത്തിൽ സാഹിത്യ സൂത്രവാക്യങ്ങളിൽനിന്ന് സ്വതന്ത്രമായിക്കൊണ്ടിരിക്കുന്ന ഒരു സംസ്കാരത്തെ എന്റെ വാ

യന സ്വയം സൃഷ്ടിക്കുകയാണ്. അത് വായനയുടെ കുതിപ്പാണ്.

ഓരോ പുതിയ പുസ്തകവും അതിനുമുമ്പുള്ള ദൈവങ്ങളെ സ്ഥാനഭ്രഷ്ടരാക്കുന്നു. അതിനാൽ വായന എനിക്ക് ഒരേസമയം ഈശ്വരകലയും ദൈവങ്ങളെ ഭ്രഷ്ടരാക്കുന്ന കലയുമാണ്. ഈ വിധമാണ് വായന എനിക്ക് വ്യക്തിപരമായ സാംസ്കാരിക പ്രവർത്തനമായി മാറുന്നത്.

പുസ്തകങ്ങൾ സ്നേഹപ്പാലങ്ങൾ

പ്രൊഫ. എസ് ശിവദാസ്

"**മാ**മാ എന്നെപ്പറ്റി എഴുതണേ" ഒരു കൊച്ചുപെൺകുട്ടിയുടെ നേർത്ത ശബ്ദം ഞാൻ കേൾക്കുന്നു. ഇളങ്കാടിന്റെ മർമ്മരംപോലൊരു ശബ്ദം. കൂടെ അവളുടെ അച്ഛന്റെ ചിരിയുടെ താളമേളവുമുണ്ട്.

ഓ, അത് ജയശ്രീയുടെ ശബ്ദമല്ലേ? അച്ഛന്റെ കൈയിൽ തൂങ്ങി ഒട്ടും നാണിക്കാതെ അവൾ ഞങ്ങളുടെ വീട്ടിലേക്ക് ഒരു ദിവസം കയറിവന്നു. ഞാൻ എഴുതിയ ഏതോ ഒരു പുസ്തകം വായിച്ചപ്പോൾ തന്നെ അവൾ പ്രഖ്യാപിച്ചുപോലും,

"എനിക്ക് ഈ പുസ്തകമെഴുതിയ മാമനെ ഉടനെ കാണണം". പുസ്തകം വഴി അങ്ങനെ രണ്ടു കുടുംബങ്ങൾ അടുക്കുകയായിരുന്നു. അവൾ എന്നോട് കഥയെഴുതുന്നതിന്റെ രഹസ്യം ചോദിച്ചറിഞ്ഞിട്ട് നേരെ അടുക്കളയിലേക്ക് കയറിച്ചെന്നു. സുമടീച്ചറുടെ കൈയിൽനിന്നും പലഹാരങ്ങൾ വാങ്ങി സ്വതന്ത്രമായി തിന്നുന്നതിനിടെ പഠനത്തിന്റെ രഹസ്യങ്ങളും ചോദിച്ചറിഞ്ഞു.

ഞങ്ങളുടെ വീട്ടിലെ പുസ്തകങ്ങളൊക്കെ ആ മിടുക്കി സാവധാനം വായിച്ചു. മിടുമിടുക്കിയായി വളർന്നു. പിന്നെ അനുജനെയും കൊണ്ടായി വരവ്.

പുസ്തകങ്ങളിലൂടെ അവർ വളർന്നു. ഞങ്ങളുടെ സ്നേഹബന്ധവും വളർന്നു. അങ്ങനെ ചെറുപ്പത്തിൽ തന്നെ അനേകം ശാസ്ത്രഗ്രന്ഥങ്ങൾ വായിച്ചുവളർന്ന ആ കുട്ടികൾ പിന്നീട് പ്രഗത്ഭരായ ഡോക്ടർമാരായി. ഇപ്പോൾ വിദേശത്ത് ഉന്നതനിലയിൽ കഴിയുന്നു. വായിച്ചു വളർന്നാൽ വിളയും എന്നു മാമൻ പറയുന്നത് ഇത്തരം കുട്ടികളുടെ കഥകൾ ഓർത്താണ്.

ജയിലിൽ നിന്നൊരു സ്നേഹപ്പാലം

പുസ്തകങ്ങൾ സ്നേഹപ്പാലമായി പ്രവർത്തിക്കും. കുട്ടികളുടെ മാത്രമല്ല, മുതിർന്നവരുടെ മനസ്സുകളും ആ സ്നേഹപ്പാലം വഴി ബന്ധിപ്പിക്കപ്പെടും. അത് തെളിയിക്കുന്ന ഒരു കഥ പറയാം. വർഷങ്ങൾക്കുമുമ്പ് ഒരു ദിനം എനിക്കൊരു കത്തുകിട്ടി.

ഒരു ജയിലിൽ നിന്നായിരുന്നു കത്ത്. ഒരു കൊലക്കേസിൽ പ്രതിയായി ജീവപര്യന്തം ശിക്ഷ അനുഭവിക്കുന്ന ഒരാളുടെ കത്തായിരുന്നു അത്. “സർ, ഞാൻ അങ്ങയുടെ *മ്യൂനിച്ചിലെ സുന്ദരികളും* സുന്ദരന്മാരും എന്ന പുസ്തകം വായിച്ചു. അത് എന്റെ മനസ്സിനെ മാറ്റിമറിച്ചു. ‘മനുഷ്യൻ! എത്ര സുന്ദരമായ പദം’ എന്ന ചൊല്ലിന്റെ ശരിയായ അർത്ഥം അങ്ങയുടെ പുസ്തകം വായിച്ചപ്പോഴാണ് എനിക്ക് ശരിക്കും മനസ്സിലായത്.... എനിക്ക് ഒരപേക്ഷയുണ്ട്. ആ പുസ്തകത്തിന്റെ ഒരു കോപ്പി അങ്ങയുടെ കൈയൊപ്പിട്ട് എനിക്കയച്ചുതരണം. ശിഷ്ടകാല ജയിൽ ജീവിതത്തിൽ എനിക്ക് അതൊരു താങ്ങായിരിക്കും...”

ഞാൻ ആ കത്തു വായിച്ച് കരഞ്ഞുപോയി. ഉടൻതന്നെ ഒരു ബുക്ക് കൈയൊപ്പിട്ട് അദ്ദേഹത്തിന് അയച്ചു. “അങ്ങ് അയച്ച പുസ്തകം കൈയിൽ കിട്ടിയപ്പോൾ ഞാൻ കരഞ്ഞുപോയി” എന്ന് അദ്ദേഹം പിന്നീടെഴുതി. ഒന്നോ രണ്ടോ വർഷം കഴിഞ്ഞപ്പോൾ ആ ഗ്രന്ഥത്തിന് കേരള സാഹിത്യ അക്കാദമി അവാർഡ് ലഭിച്ചു. ആ വാർത്ത വായിച്ചും അദ്ദേഹം സന്തോഷിച്ച് എനിക്കൊരു കത്തയച്ചു.

അക്കാദമി അവാർഡുദാനത്തോടനുബന്ധിച്ച് നടന്ന യോഗത്തിൽ വച്ച് ഞാൻ പറഞ്ഞു: "എനിക്ക് ഈ ഗ്രന്ഥത്തിന് അക്കാദമി അവാർഡിലും വലിയ ഒരു അവാർഡ് ഒരു ജയിലിൽ നിന്നു നേരത്തെ ലഭിച്ചു!" ജയിലിൽ നിന്നു ലഭിച്ച ആ കത്ത് എനിക്ക് ലഭിച്ച ഏറ്റവും വലിയ അവാർഡായി ഞാൻ ഇന്നും കരുതുന്നു.

കണ്ടോ? പുസ്തകത്തിന് എത്ര വലിയ ശക്തിയാണുള്ളത്. അത് ജയിലിൽ കഴിയുന്നവരെപ്പോലും സ്വാധീനിക്കുന്നു. വായനയിലൂടെ, ആശയങ്ങളിലൂടെ, എല്ലാ മനുഷ്യരുടെയും മനസ്സിനെ കൂടുതൽ നല്ല, കൂടുതൽ മഹത്ത്വമുള്ള, കൂടുതൽ മനോഹരമായ മനസ്സാക്കി മാറ്റാൻ പറ്റും.

കീയോ കീയോ കഥ!

പുസ്തകങ്ങളുമായി ബന്ധപ്പെട്ട ഓർമ്മകൾ എത്ര പറഞ്ഞാലും തീരുകയില്ല. കഴിഞ്ഞ അമ്പതോളം വർഷങ്ങളുടെ ഓർമ്മകളാണ് ഉള്ളിൽ തിങ്ങിവിങ്ങി നില്ക്കുന്നത്. അതിലൊന്നുകൂടി പറയാം.

കീയോ കീയോക്കഥയാണ്. 'കീയോ കീയോ' എന്ന പക്ഷിക്കഥ വാസ്തവത്തിൽ സംഭവകഥയാണ്. അണ്ണാൻകുന്നിൽ നടന്ന കഥ. അത് നോവലാക്കുകയായിരുന്നു. ഒരു ഇരട്ടത്തലച്ചി കുടുംബത്തിന്റെ കഥയായിരുന്നു അത്. ഇരട്ടത്തലച്ചിയമ്മയ്ക്ക് മക്കൾ രണ്ടായിരുന്നു. എന്റെ എഴുത്തുമുറിയുടെ ജനാലയ്ക്കരികിലുണ്ടായിരുന്ന മുല്ലയിലായിരുന്നുകൂട്.

ആ കുഞ്ഞുങ്ങളെ നിരീക്ഷിച്ച് ഞാനിരുന്നു. അവരുടെ സന്തോഷത്തിലും വേദനയിലും ഞാനും സുമടീച്ചറും പങ്കുചേർന്നു. പല പല തടസ്സങ്ങളും വെല്ലുവിളികളും അവർ നേരിട്ടു. ഞങ്ങൾ അവരുടെ രക്ഷയ്ക്കായി എപ്പോഴും കാവൽനിന്നു. അവരുടെ അനേകം രഹസ്യങ്ങളും അങ്ങനെ കണ്ടെത്തി. അവസാനം ആ കുഞ്ഞുങ്ങൾ രണ്ടും പറക്കാൻ പഠിച്ചു. ആദ്യം ചേട്ടൻകിളി പറന്നുപോയി. പിറ്റേന്ന് അനുജത്തിയും പറന്ന് അണ്ണാൻകുന്നിലെ കാട്ടിൽക്കയറി. അപ്പോൾ എനിക്ക് സന്തോഷവും സങ്കടവും തോന്നി. കിളിപ്പെണ്ണ് പറക്കാൻ പഠിച്ചു മിടുക്കിയായി പറന്നുപോയതിന്റെ സന്തോഷം. അവൾ ഞങ്ങളെ

വിട്ടുപോയല്ലോ എന്ന സങ്കടവും. ആ വികാരങ്ങളിൽപ്പെട്ട് ഞാൻ ആ കഥ ഇങ്ങനെ എഴുതി അവസാനിപ്പിച്ചു:

“പ്രകൃതീമാതാവേ, ഇവളെയും കാത്തുകൊള്ളേണമേ. ആകാശത്തു പറന്നുനടക്കാനും ഇമ്പമുള്ള പാട്ടുകൾ പാടാനും മധുരമുള്ള പഴങ്ങൾ തിന്നാനും ഇവൾക്കും കഴിയേണമേ. ഇവൾ വളരുമ്പോൾ എന്റെ മുല്ലവള്ളിയിൽ തന്നെ കൂടുകെട്ടി മുട്ടയിടേണമേ. ഇവളുടെ കുഞ്ഞുങ്ങളെ കണ്ട് സന്തോഷിക്കാൻ എന്റെ കൊച്ചുമക്കൾക്കു കഴിയേണമേ...”

ആ ഗ്രന്ഥം വായിച്ച് പ്രശസ്ത പ്രകൃതി സംരക്ഷകനായ പ്രൊഫ. ജോൺസി ജേക്കബ് എഴുതി: “പ്രിയ പ്രൊഫസർ, ഞാൻ അതു വായിച്ച് ആഹ്ലാദിച്ച് കരഞ്ഞുപോയി. ഞാൻ ആ പുസ്തകത്തിന്റെ അവസാനഭാഗത്തെ പ്രാർത്ഥനയുടെ അവസാനം ഒരു വാക്കുകൂടി എഴുതിച്ചേർത്തു: ആമേൻ!”

വായനയ്ക്കൊരു പ്ലാനിങ്

പ്രൊഫ. എസ് ശിവദാസ്

ഏതു പരിപാടിയും വിജയിക്കണമെങ്കിൽ ഒരു പ്ലാനിങ് വേണം. വായന വിജയിക്കാനും വേണം അത്തരമൊരു പ്ലാൻ. വ്യക്തിക്കും സമൂഹത്തിനും വേണം അത്തരം പ്ലാൻ. വിദ്യാർത്ഥിക്കും വിദ്യാലയത്തിനും വീടിനും വേണം വായനപോഷണ പരിപാടി. എന്തു വായിക്കണം, എത്ര വായിക്കണം, എങ്ങനെ വായിക്കണം എന്നെല്ലാം ചിന്തിച്ച് രൂപപ്പെടുത്തുന്ന വായനയ്ക്കുള്ള മാസ്റ്റർ പ്ലാൻ നടപ്പാക്കാനും നാം തയ്യാറാകണം.

എന്തു വായിക്കണം

എന്തു വായിക്കണം എന്നതിന് ഒരു ചർച്ചയോ തർക്കമോ ഒന്നും ആവശ്യമില്ല. നല്ല ഗ്രന്ഥങ്ങളാണ് വായിക്കേണ്ടത്. ഉത്തമ ഗ്രന്ഥങ്ങൾ മനുഷ്യനെ ദേവനാക്കും; അധമഗ്രന്ഥങ്ങൾ മനുഷ്യനെ പിശാചാക്കും. മനുഷ്യനെ ഉയർത്തുന്ന ഗ്രന്ഥങ്ങളാണ് ഉത്തമ ഗ്രന്ഥങ്ങൾ. അറിവ് നേടുക ആനന്ദകരമായ ഒരു അനുഭവമാണ്. ആ ആനന്ദം പകരുന്ന അമൃത കുംഭങ്ങളാണ് ഉത്തമ

ഗ്രന്ഥങ്ങൾ. എല്ലാ ശാഖകളിൽനിന്നുമുള്ള ഉത്തമഗ്രന്ഥങ്ങളുടെ ഒരു കലവറയാകണം സ്കൂൾ ലൈബ്രറി. അതുപയോഗിച്ച് ചിട്ടയായ വായന സ്കൂളിൽ നടത്താനും വേണം പ്ലാനിങ്.

എത്ര വായിക്കണം

എത്ര വായിക്കണം എന്ന് കൃത്യമായി കണക്കാക്കാൻ പറ്റില്ല. സാഹചര്യവും തൊഴിലും ലക്ഷ്യവുമൊക്കെയനുസരിച്ച് അത് മാറും; മാറ്റണം. ബഹുഭൂരിപക്ഷം ജനങ്ങളും വായനയെപ്പറ്റി കാര്യമായി ശ്രദ്ധിക്കാറില്ല എന്നതാണ് വാസ്തവം. നാളത്തെ ലോകത്തിന്റെ സാരഥികളാകേണ്ട വിദ്യാർത്ഥികളെങ്കിലും വായനയെ ഗൗരവമായി കണ്ടേ പറ്റൂ. പല കുട്ടികളും പാഠപുസ്തകങ്ങൾ മാത്രം വായിക്കുന്നവരാണ്. പൊതുവായ വായനയെപ്പറ്റി അവർ ചിന്തിക്കണം.

നല്ല പുസ്തകങ്ങൾ തെരഞ്ഞെടുത്ത് വായിക്കാൻ അവർ ഒരു പ്ലാനിങ്ങുണ്ടാക്കണം. അങ്ങനെ പ്ലാനിങ്ങുണ്ടാക്കാൻ സഹായിക്കാനായി നമുക്കൊരു ബ്രയിൻ സ്റ്റോമിങ് നടത്താം. നിങ്ങൾക്ക് ഒരു ദിവസം എത്ര പേജ് വായിക്കാനാകും? സാധാരണ പഠിത്തവും ജോലിയും ഒക്കെ കഴിഞ്ഞ് പൊതു വായനയ്ക്ക് സമയം കണ്ടെത്തി എത്ര പേജ് വായിക്കും? ഒരു പത്ത് പേജ് വായിക്കും എന്നൊരു കണക്ക് നമുക്ക് തല്ക്കാലം സ്വീകരിക്കാം.

ഒരു വർഷം 365 ദിവസം. എല്ലാ ദിവസവും വായന നടന്നു എന്നു വരില്ല. ശരി, ഒരു മുന്നൂറു ദിവസങ്ങളെങ്കിലും തീർച്ചയായും വായിക്കും എന്ന് പ്രതിജ്ഞയെടുക്കുക. അപ്പോൾ ഒരു വർഷം ആകെ 3000 പേജ് വായിക്കും. ഒരു പുസ്തകത്തിന്റെ ശരാശരി പേജ് നൂറ് എന്ന് സങ്കല്പിച്ചാൽ മൂവായിരം പേജ് മുപ്പത് പുസ്തകങ്ങൾ എന്നാകും. അപ്പോൾ നിങ്ങൾ 30 പുസ്തകങ്ങൾ ഒരു വർഷം വായിക്കും. സമ്മതിച്ചല്ലോ, ഇങ്ങനെ ജീവിതകാലം കൊണ്ട് എത്ര വായിക്കും? ചെറിയ കുട്ടികളായിരിക്കുമ്പോൾ വായന നടക്കില്ല. വല്ലാതെ വയസ്സായാലും വായന നടക്കില്ല. അപ്പോൾ ഒരു അമ്പതുകൊല്ലമെങ്കിലും വായിക്കും എന്ന് കണക്കാക്കുമല്ലോ. അപ്പോൾ ജീവിതകാലംകൊണ്ട് നിങ്ങൾ 50x30=1500 പുസ്തകംവായിക്കും. ഇതാണ് ഒരു ഏകദേശ കണക്ക്.

വായനയ്ക്കും വേണം പരിശീലനം

വായനയെപ്പറ്റി ഒരു കാര്യം കൂടി അറിയേണ്ടതുണ്ട്. വായന ടി വി കാണുംപോലെ എളുപ്പമുള്ള പണിയല്ല. വായനശീലം വളർത്തണം. അതിന് പരിശീലനം ആവശ്യമാണ്. അക്ഷരം പഠിക്കുംമുമ്പ് ആ പരിശീലനം തുടങ്ങണം. ആദ്യം വായിച്ചു കേട്ട് ആസ്വദിക്കണം. അങ്ങനെ പുസ്തക സംസ്കാരം വളർത്തണം. പിന്നെ വായിച്ചുതുടങ്ങണം. ആദ്യമാദ്യം അത് വളരെ വിഷമമുള്ള ഒരു പ്രവൃത്തിയായി തോന്നും. എന്നാൽ സാവധാനം വായന എളുപ്പമാകും. പിന്നെ അത് രസകരമാകും. പിന്നെ അത് ഒരു ലഹരിയാകും, ആവേശമാകും. അപ്പോൾ വായന ഒരു തപസ്സായി മാറും. അതിലൂടെ വളരാനും കഴിയും.

വായന മരിക്കുന്നോ?

ഡോ. ബി ഇക്ബാൽ

വിദ്യാർത്ഥികളുടെ വിജ്ഞാനദാഹം തൊട്ടുണർത്താൻ നമ്മുടെ ബോധനരീതികൾക്ക് കഴിയുന്നില്ല. വിദ്യാർത്ഥികളുടെ ഓർമ്മശക്തിയെമാത്രം അടിസ്ഥാനമാക്കിയുള്ള വിദ്യാഭ്യാസരീതിയാണ് ഇന്ന് നിലവിലുള്ളത്.

പുസ്തകങ്ങളെല്ലാം വായനയെയും അതിരുകവിഞ്ഞു സ്നേഹിക്കുന്നവരായാണ് മലയാളികൾ അറിയപ്പെടുന്നത്. കേരളീയരുടെ ദിനകൃത്യങ്ങൾ ആരംഭിക്കുന്നത് പത്രവായനയോടെയാണ്. അനൗപചാരികമായ വിദ്യാഭ്യാസ കേന്ദ്രങ്ങളെന്നു വിശേഷിപ്പിക്കപ്പെടാറുള്ള നമ്മുടെ ഗ്രാമീണ വായനശാലകൾ സാർവ്വദേശീയ പ്രശസ്തി കൈവരിച്ചിട്ടുണ്ട്. അടുത്തകാലത്തു പ്രസിദ്ധീകരിച്ച എൻസൈക്ലോപീഡിയ ബ്രിട്ടാനിക്കയുടെ മലയാളം എഡിഷൻ മലയാളം എൻസൈക്ലോപീഡിയ ഡെസ്ക് (റഫറൻസ്, ഡി സി ബുക്സ് 2003) ഇരുപതിനായിരം കോപ്പികളാണ് കേരളത്തിൽ വിറ്റുപോയത്. ലോകത്താ

കട്ടെ ഈ ഗ്രന്ഥത്തിന്റെ മുപ്പതിനായിരം കോപ്പികളാണ് വിറ്റിട്ടുള്ളതെന്നോർക്കണം. മലയാള പുസ്തകങ്ങൾക്കു പുറമെ ഇംഗ്ലീഷ് പുസ്കങ്ങൾക്കും ഏറ്റവുമധികം വായനക്കാരുള്ളതും കേരളത്തിലാണ് പെൻഗ്വിൻ പുസ്തകങ്ങൾ ബാംഗ്ലൂർ കഴിഞ്ഞാൽ കൂടുതൽ വില്ക്കുന്നത് കേരളത്തിലാണ്.

എന്നാൽ അടുത്തകാലത്തായി കേരളത്തിലെ ജനങ്ങളുടെ പ്രത്യേകിച്ച് യുവാക്കളുടെ വായനശീലം കുറഞ്ഞുവരികയാണെന്ന വിമർശനം ഉയർന്നു വന്നിട്ടുണ്ട്. വായനക്കാരുടെ കുറവ് ഏറ്റവും അനുഭവപ്പെടുന്നത് പ്രധാനമായും ഗ്രാമീണവായനശാലകളിലാണ്. പുസ്തകച്ചന്തകളിലെ തിരക്കും ബ്രിട്ടീഷ് ലൈബ്രറിയെപ്പോലുള്ള മികച്ച ലൈബ്രറികളുടെ സാന്നിദ്ധ്യവുംമൂലം നഗരങ്ങളിൽ വായനയുടെ കുറവ് വേണ്ടത്ര അനുഭവപ്പെടുന്നില്ലെന്ന് മാത്രം.

ടി വി ചാനലുകളുടെ അതിശക്തമായ കടന്നുവരവോടെയാണ് പുസ്തകവായന കുറഞ്ഞതെന്ന് പൊതുവേ കരുതപ്പെടുന്നു. കേരളീയ അണുകുടുംബത്തിലെ അംഗങ്ങൾ ഇപ്പോൾ ടി വിയുടെ മുന്നിലിരുന്ന് നിലവാരം കുറഞ്ഞ സീരിയൽ കാണാൻ ആവശ്യത്തിലേറെ സമയം ചെലവാക്കുന്നു എന്നതൊരു സത്യമാണ്. ഈ പ്രവണത തീർച്ചയായും വായനാശീലത്തെ പ്രതികൂലമായി ബാധിച്ചിട്ടുണ്ട്. വീട്ടിലെ മുതിർന്നവരിൽനിന്ന് ലഭിച്ച പ്രോത്സാഹനത്തിലൂടെയും അവരെ അനുകരിച്ചും വായനാശീലം ആർജ്ജിച്ചവരാണ് ഞങ്ങളുടെ തലമുറയിലെ ഭൂരിപക്ഷം പേരും. കുട്ടികൾക്ക് പ്രചോദനമാവേണ്ട ഇത്തരം റോൾ മോഡലുകൾ ടി വിയുടെ വരവോടെ കുറഞ്ഞുവരുന്നു എന്നതൊരു വസ്തുതയാണ്.

എന്നാൽ ടി വിയെ വെറുമൊരു വിഡ്ഢിപ്പെട്ടിയും വിനോദോപാധിയും മാത്രമായി വിലയിരുത്തുന്നത്. ശരിയാണെന്നു തോന്നുന്നില്ല. വായനയുടെ ലക്ഷ്യം വിജ്ഞാനാർജ്ജനമാണെങ്കിൽ ടി വിയിലെ പല ചാനലുകളും നിരവധി പുസ്തകങ്ങൾ ദിവസങ്ങളോളം വായിച്ചാൽമാത്രം ലഭിക്കുന്ന വിവരങ്ങൾ മിനിറ്റുകൾക്കുള്ളിൽ കാഴ്ചക്കാരിലെത്തിക്കുന്നുണ്ട്. ആനിമൽ പ്ലാനറ്റ്, ഡിസ്കവറി ചാനൽ, ഹിസ്റ്ററി ചാനൽ, നാഷണൽ

ജ്യോഗ്രഫിക്ക് തുടങ്ങിയ ചാനലുകൾ ആധുനിക ശാസ്ത്ര വിഷയങ്ങളുടെ അടിസ്ഥാനത്തിലുള്ള മികച്ച പരിപാടികൾ സംപ്രേഷണം ചെയ്തുവരുന്നു. ഇത്തരം ചാനലുകൾ ദിവസവും അരമണിക്കൂറെങ്കിലും നിർബ്ബന്ധമായും കുടുംബസദസ്സ് വീക്ഷിച്ചാൽ കേരളീയരുടെ ധൈഷണിക നിലവാരം വളരെ ഉയരുമെന്ന് നിസ്സംശയം പറയാൻ കഴിയും. നമ്മുടെ മലയാളം ചാനലുകൾ ഇവയിൽനിന്ന് തെരഞ്ഞെടുത്ത പരിപാടികൾ മലയാളത്തിൽ അവതരിപ്പിക്കാൻ അല്പം സമയം മാറ്റിവയ്ക്കുന്ന കാര്യം ഗൗരവമായി പരിഗണിക്കേണ്ടതാണ്.

ഇന്റർനെറ്റും കമ്പ്യൂട്ടറുകളും വായനാശീലത്തിൽനിന്ന് വിശേഷിപ്പിച്ചും കുട്ടികളെ അകറ്റുന്ന മറ്റൊരു കാരണമായി വിലയിരുത്തപ്പെടാറുണ്ട്. വിവരസാങ്കേതിക വിദ്യ ആ പേര് സൂചിപ്പിക്കുന്നതുപോലെ ലോകത്തിന്റെ ഏതുഭാഗങ്ങളിൽനിന്നും വിവരം ശേഖരിക്കാനുള്ള സാദ്ധ്യതയാണ് ലഭ്യമാക്കിയിട്ടുള്ളത്. വിജ്ഞാനം നമ്മെ അന്വേഷിച്ച് നമ്മുടെ വീടുകളിലേക്ക് ഈ സാങ്കേതിക വിദ്യയിലൂടെ എത്തിയിരിക്കുന്നു. വായനാശീലമുള്ളവരാണ് കൂടുതലായി ഇന്റർനെറ്റിലൂടെ വിവരം ശേഖരിച്ചുവരുന്നതെന്ന് പഠനങ്ങളും വ്യക്തമാക്കിയിട്ടുണ്ട്. നിർഭാഗ്യവശാൽ സമ്പന്നകുടുംബങ്ങളിലെ കുട്ടികൾക്ക് ഡിജിറ്റൽ ഗെയിമുകൾ കളിക്കാൻ വേണ്ടിയുള്ള ഉപകരണങ്ങളായിട്ടാണ് കമ്പ്യൂട്ടറുകൾ ഇന്ന് ഉപയോഗിക്കപ്പെടുന്നത്. നഗരപ്രദേശങ്ങളിലെ ഇന്റർനെറ്റ് കഫേകളാവട്ടെ ചിലർക്കെങ്കിലും തരംതാണ വെബ്സൈറ്റുകൾ സന്ദർശിക്കാനുള്ള കേന്ദ്രങ്ങളുമാണ്. ലോകമെമ്പാടുമുള്ള ലക്ഷക്കണക്കിന് സ്രോതസ്സുകളിൽനിന്ന് വിജ്ഞാനം സ്വീകരിക്കുവാൻ വിവര സാങ്കേതിക വിദ്യ ഒരുക്കിയിട്ടുള്ള സാദ്ധ്യതകൾ ഇനിയും കേരളത്തിലെ അക്കാദമിക് സമൂഹംപോലും വേണ്ടത്ര പ്രയോജനപ്പെടുത്തിത്തുടങ്ങിയിട്ടില്ല. ഇന്റർനെറ്റിനോടും ടിവിയോടും നിഷേധാത്മകമായ സമീപനം സ്വീകരിക്കാതെ വായനയെ പരിപോഷിപ്പിക്കാൻ പ്രയോജനപ്പെടുത്തുകയാണ് വേണ്ടത്. മറ്റേതു സാങ്കേതികവിദ്യയെയുംപോലെ ഇവയും ചിലർ ദുരുപയോഗം ചെയ്യുന്നു എന്നുമാത്രം.

കടലാസിലച്ചടിച്ചവ മാത്രമാണ് യഥാർത്ഥ പുസ്തകങ്ങൾ

എന്ന് കരുതുന്നതും ശരിയല്ല. ചിത്രങ്ങളും ശബ്ദവും മറ്റും സന്നിവേശിപ്പിച്ചിട്ടുള്ള സിഡിറോം രൂപത്തിലുള്ള ഇലക്ട്രോണിക് പുസ്തകങ്ങളുടെ വരവ് വായനയെ കൂടുതൽ സമ്പുഷ്ടമാക്കിയിട്ടുണ്ട്. ഉദാഹരണത്തിന് സിഡിറോം ഡിക്ഷണറികളിൽനിന്നും വാക്കുകളുടെ അർത്ഥം മാത്രമല്ല ഉച്ചാരണവും ലഭിക്കുന്നതാണ്. വിജ്ഞാനകോശ സീഡികളിൽനിന്നും യേശുദാസിന്റെ പാട്ടുകൾ കേൾക്കാനും പ്രേംനസീറിന്റെ ചലച്ചിത്രത്തിലെ ചില രംഗങ്ങൾ കാണാനും നമുക്കുകഴിയും

ഇന്നത്തെ വിദ്യാഭ്യാസ സമ്പ്രദായമാണ് വിദ്യാർത്ഥികളിൽ വായനാശീലം കുറഞ്ഞുവരുന്നതിന്റെ പ്രധാനകാരണം. വിദ്യാർത്ഥികളുടെ വിജ്ഞാനദാഹം തൊട്ടുണർത്താൻ നമ്മുടെ ബോധനരീതികൾക്ക് കഴിയുന്നില്ല. വിദ്യാർത്ഥികളുടെ ഓർമ്മശക്തിയെ മാത്രം അടിസ്ഥാനമാക്കിയുള്ള വിദ്യാഭ്യാസരീതിയാണ് ഇന്ന് നിലവിലുള്ളത്. ടെക്സ്റ്റ് ബുക്കുകൾക്ക് പുറമെയുള്ള വായനയെ നിരുത്സാഹപ്പെടുത്തുന്ന ഈ സമ്പ്രദായം പുനഃസംവിധാനം ചെയ്യേണ്ടിയിരിക്കുന്നു. വിദ്യാർത്ഥികളുടെ സജീവ പങ്കാളിത്തം പഠനത്തിൽ ഉറപ്പുവരുത്തുന്ന പാഠ്യരീതികൾ പരീക്ഷിച്ചു നോക്കേണ്ടതാണ് അടുത്തകാലത്ത് സർവ്വകലാശാലകൾ സെമസ്റ്റർ സമ്പ്രദായം ചില കോഴ്സുകൾക്ക് ഏർപ്പെടുത്തിയപ്പോൾ സെമിനാറുകളിൽ പങ്കെടുക്കുന്നതിനും അസൈൻമെന്റ് തയ്യാറാക്കുന്നതിനും മറ്റും വിദ്യാർത്ഥികൾക്ക് ലൈബ്രറി ആശ്രയിക്കാതെ നിവൃത്തിയില്ലാതെ വന്നു. സ്വാഭാവികമായും വിദ്യാർത്ഥികേന്ദ്രീകൃതമായ ഈ പാഠ്യരീതി കുട്ടികളുടെ വായനാശീലത്തെ തട്ടിയുണർത്തുകയുണ്ടായി.

വായനശാലകളിൽ പോകുന്നവരുടെ എണ്ണം കുറഞ്ഞിട്ടുണ്ടെങ്കിലും പുസ്തകങ്ങൾ വാങ്ങി വായിക്കുന്നവർ കേരളത്തിൽ വർദ്ധിച്ചിട്ടുണ്ട്. വായനശാലകളിലെ തിരക്കു കുറഞ്ഞതിനുള്ള കാരണങ്ങളിലൊന്ന് ഒരുപക്ഷേ, ഇതായിരിക്കാം. വൈക്കം മുഹമ്മദ് ബഷീർ സ്വന്തം പുസ്തകങ്ങൾ തലച്ചുമടായും മറ്റും കൊണ്ടുനടന്നാണ് വിറ്റിരുന്നത് എന്ന് കേട്ടിട്ടുണ്ട്. കഷ്ടിച്ച് അഞ്ഞൂറു കോപ്പിയാണ് അന്നത്തെ റിക്കാർഡ് വില്പന. എന്നാൽ ബഷീറിന്റെ സമ്പൂർണ്ണകൃതികൾ (രണ്ടുവാല്യങ്ങളിൽ ഡി സി ബുക്

സ് 1994) മുപ്പതിനായിരം കോപ്പികളാണ് വിറ്റുപോയത്. മലയാളത്തിൽ ആദ്യമായി ഹാർഡ് കവർ കോപ്പിയുമായി പ്രസിദ്ധീകരിച്ച നോവലായ എൻ എസ് മാധവന്റെ *ലന്തൻ ബത്തേരിയിലെ ലുത്തിനിയകൾ* (ഡി സി ബുക്സ് 2003) മൂവായിരം കോപ്പികളാണ് ഏതാനും മാസങ്ങൾകൊണ്ട് ചെലവായത്. ഇതിനൊരു മറുവശമുണ്ട്. നമ്മുടെ പ്രശസ്തരായ സാഹിത്യകാരന്മാരുടെ കൃതികൾപോലും മൂന്നോ നലോ എഡിഷൻ പ്രസിദ്ധീകരിച്ചാൽ അതൊരു വലിയ വിജയമായി കൊണ്ടാടാറുണ്ട്. മൂന്നുകോടി ജനങ്ങളുള്ള വിദ്യാസമ്പന്നരുടെ നാടായ കേരളസംസ്ഥാനത്ത് ഒരു പുസ്തകത്തിന്റെ നാലോ അഞ്ചോ ആയിരം കോപ്പികൾ വില്ക്കുന്നത് വലിയ കാര്യമല്ല എന്ന സത്യം വിസ്മരിക്കരുത്.

ഇതെല്ലാം പരിഗണിക്കുമ്പോൾ വായനയുടെ കാര്യത്തിൽ നമുക്ക് അമിതമായ ആത്മസംതൃപ്തിക്കവകാശമില്ലെന്നു പറയേണ്ടിവരും. അതിവേഗം ഒരു വൈജ്ഞാനിക സമൂഹമായി ലോകമാകെ മാറിക്കൊണ്ടിരിക്കുകയാണ്. ഈ സാഹചര്യത്തിൽ കേരളീയരുടെ പ്രത്യേകിച്ച് യുവാക്കളുടെ വായനാശീലത്തെ പരിപോഷിപ്പിക്കുന്നതിനുള്ള ശ്രമങ്ങൾ ഊർജ്ജിതപ്പെടുത്തേണ്ടിയിരിക്കുന്നു.

വായന പുതുലോകത്തിൽ

ഡോ. ബി ഇക്ബാൽ

പുസ്തകങ്ങളെയും വായനയെയും അതിരുകവിഞ്ഞു സ്നേഹിക്കുന്നവരായാണ് മലയാളികൾ അറിയപ്പെടുന്നത്. കേരളീയരുടെ ദിനകൃത്യങ്ങൾ ആരംഭിക്കുന്നത് പത്രവായനയോടെയാണ്.

എന്നാൽ അടുത്തകാലത്തായി കേരളത്തിലെ ജനങ്ങളുടെ പ്രത്യേകിച്ച് യുവാക്കളുടെ വായനാശീലം കുറഞ്ഞുവരികയാണെന്ന വിമർശനം ഉയർന്നുവന്നിട്ടുണ്ട്.

ടി വി ചാനലുകളുടെ അതിശക്തമായ കടന്നുവരവോടെയാണ് പുസ്തകവായന കുറഞ്ഞതെന്ന് പൊതുവേ കരുതപ്പെടുന്നു. കേരളീയ അണുകുടുംബത്തിലെ അംഗങ്ങൾ ഇപ്പോൾ ടി

വിയുടെ മുന്നിലിരുന്ന് നിലവാരം കുറഞ്ഞ സീരിയൽ കാണാൻ ആവശ്യത്തിലേറെ സമയം ചെലവാക്കുന്നു എന്നതൊരു സത്യമാണ്.

ഈ പ്രവണത തീർച്ചയായും വായനാശീലത്തെ പ്രതികൂലമായി ബാധിച്ചിട്ടുണ്ട്. വീട്ടിലെ മുതിർന്നവരിൽനിന്ന് ലഭിച്ച പ്രോത്സാഹനത്തിലൂടെയും അവരെ അനുകരിച്ചും വായനാശീലം ആർജ്ജിച്ചവരാണ് ഞങ്ങളുടെ തലമുറയിലെ ഭൂരിപക്ഷം പേരും. കുട്ടികൾക്ക് പ്രചോദനമാവേണ്ട ഇത്തരം റോൾ മോഡലുകൾ ടിവിയുടെ വരവോടെ കുറഞ്ഞു എന്നതൊരു വസ്തുതയാണ്.

എന്നാൽ ടി വിയെ വെറുമൊരു വിഡ്ഢിപ്പെട്ടിയും വിനോദോപാധിയും മാത്രമായി വിലയിരുത്തരുത്. വായനയുടെ ലക്ഷ്യം വിജ്ഞാനാർജ്ജനമാണെങ്കിൽ ടി വിയിലെ പല ചാനലുകളും നിരവധി പുസ്തകങ്ങൾ ദിവസങ്ങളോളം വായിച്ചാൽമാത്രം ലഭിക്കുന്ന വിവരങ്ങൾ മിനിറ്റുകൾക്കുള്ളിൽ കാഴ്ചക്കാരിലെത്തിക്കുന്നുണ്ട്.

ആനിമൽ പ്ലാനറ്റ്, ഡിസ്കവറി ചാനൽ, ഹിസ്റ്ററി ചാനൽ, നാഷണൽ ജ്യോഗ്രഫി തുടങ്ങിയ ചാനലുകൾ ആധുനിക ശാസ്ത്രവിഷയങ്ങളുടെ അടിസ്ഥാനത്തിലുള്ള മികച്ച പരിപാടികൾ സംപ്രേഷണം ചെയ്തുവരുന്നു.

ഇത്തരം ചാനലുകൾ ദിവസവും അരമണിക്കൂറെങ്കിലും നിർബ്ബന്ധമായും കുടുംബസദസ്സ് വീക്ഷിച്ചാൽ കേരളീയരുടെ ധൈഷണിക നിലവാരം വളരെ ഉയരുമെന്ന് നിസ്സംശയം പറയാൻ കഴിയും. നമ്മുടെ മലയാളം ചാനലുകൾ ഇവയിൽനിന്ന് തെരഞ്ഞെടുത്ത പരിപാടികൾ മലയാളത്തിൽ അവതരിപ്പിക്കാൻ അല്പം സമയം മാറ്റിവയ്ക്കുന്ന കാര്യം ഗൗരവമായി പരിഗണിക്കേണ്ടതാണ്.

ഇന്റർനെറ്റും കമ്പ്യൂട്ടറുകളും വായനശീലത്തിൽനിന്ന് വിശേഷിപ്പിച്ചും കുട്ടികളെ അകറ്റുന്ന മറ്റൊരു കാരണമായി വിലയിരുത്തപ്പെടാറുണ്ട്.

വിവരസാങ്കേതികവിദ്യ ആ പേര് സൂചിപ്പിക്കുന്നതുപോലെ ലോകത്തിന്റെ ഏതുഭാഗങ്ങളിൽനിന്നും വിവരം ശേഖരിക്കാനു

ള്ള സാദ്ധ്യതയാണ് ലഭ്യമാക്കിയിട്ടുള്ളത്. വിജ്ഞാനം നമ്മെ അന്വേഷിച്ച് നമ്മുടെ വീടുകളിലേക്ക് ഈ സാങ്കേതിക വിദ്യയിലൂടെ എത്തിയിരിക്കുന്നു.

വായനശീലമുള്ളവരാണ് കൂടുതലായി ഇന്റർനെറ്റിലൂടെ വിവരം ശേഖരിച്ചുവരുന്നതെന്ന് പഠനങ്ങളും വ്യക്തമാക്കിയിട്ടുണ്ട്. നിർഭാഗ്യവശാൽ കുട്ടികൾക്ക് ഡിജിറ്റൽ ഗെയിമുകൾ കളിക്കാൻ വേണ്ടിയുള്ള ഉപകരണങ്ങളായിട്ടാണ് കമ്പ്യൂട്ടറുകൾ ഇന്ന് ഉപയോഗിക്കപ്പെടുന്നത്. ലോകമെമ്പാടുമുള്ള ലക്ഷക്കണക്കിന് സ്രോതസ്സുകളിൽനിന്ന് വിജ്ഞാനം സ്വീകരിക്കുവാൻ വിവര സാങ്കേതികവിദ്യ ഒരുക്കിയിട്ടുള്ള സാദ്ധ്യതകൾ ഇനിയും കേരളത്തിലെ അക്കാദമിക് സമൂഹംപോലും വേണ്ടത്ര പ്രയോജനപ്പെടുത്തിത്തുടങ്ങിയിട്ടില്ല.

ഇന്റർനെറ്റിനോടും ടി വിയോടും നിഷേധാത്മകമായ സമീപനം സ്വീകരിക്കാതെ വായനയെ പരിപോഷിപ്പിക്കാൻ പ്രയോജനപ്പെടുത്തുകയാണ് വേണ്ടത്.

കടലാസിൽ അച്ചടിച്ചവ മാത്രമാണ് യഥാർത്ഥ പുസ്തകങ്ങൾ എന്ന് കരുതുന്നതും ശരിയല്ല. ചിത്രങ്ങളും ശബ്ദവും മറ്റും സന്നിവേശിപ്പിച്ചിട്ടുള്ള സിഡിറോം രൂപത്തിലുള്ള ഇലക്ട്രോണിക് പുസ്തകങ്ങളുടെ വരവ് വായനയെ കൂടുതൽ സമ്പുഷ്ടമാക്കിയിട്ടുണ്ട്.

ഉദാഹരണത്തിന് സിഡിറോം ഡിക്ഷ്നറികളിൽനിന്നും വാക്കുകളുടെ അർത്ഥം മാത്രമല്ല ഉച്ചാരണവും ലഭിക്കുന്നതാണ്. വിജ്ഞാനകോശ സീഡികളിൽനിന്നും യേശുദാസിന്റെ പാട്ടുകൾ കേൾക്കാനും പ്രേംനസീറിന്റെ ചലച്ചിത്രത്തിലെ ചില രംഗങ്ങൾ കാണാനും നമുക്ക് കഴിയും.

വായനശാലയിൽ

നിത്യചൈതന്യ യതി

അച്ഛൻ അലമാര തുറക്കുന്നതു കണ്ടാൽ ഞാൻ ഓടിയെത്തും. അതിൽനിന്ന് ഒരു സാധനമെടുത്ത് അച്ഛൻ എന്റെ കൈയിൽ തന്നു. അത് പുസ്തകമാണെന്ന് പറഞ്ഞു.

പുസ്തകം! നല്ല ചിത്രമുള്ള കവർ. ഉള്ളിൽ ചിത്രമുള്ള കടലാസുകൾ. അച്ഛൻ അടുത്തു കിടന്ന കട്ടിലിൽ എന്നെയിരുത്തി. അച്ഛനും അടുത്തിരുന്നു. പുസ്തകമെന്ന അത്ഭുതപ്രപഞ്ചത്തിലേക്ക് ആദ്യമായി എന്റെ ശ്രദ്ധയെ ആകർഷിച്ചു.

അതൊരു കഥാപുസ്തകമാണത്രെ. പുസ്തകം, കഥ, ചിത്രം, നിറം എന്നീ നാല് അത്ഭുതങ്ങൾ ഞാൻ ഒന്നിച്ചു ഗ്രഹിക്കുന്ന ദിവസമായിരുന്നു അത്. ഒരു കഥയിൽ തന്നെ അനേകം ചിത്രങ്ങൾ. ഒന്നാമത്തേത് ഒരു കുറുക്കന്റെ ചിത്രം. രണ്ടാമത്തേ് കുറുക്കന്റെ തലയ്ക്ക് ചുറ്റിനും ധാരാളം ഈച്ചകൾ പറക്കുന്നത്. പിന്നത്തെ ചിത്രത്തിൽ കുറുക്കൻ ഒരു ചെടിയുടെ കൊമ്പു കടി

ച്ചുപിടിച്ചുകൊണ്ട് വെള്ളത്തിലിറങ്ങുന്നത്.

കുറുക്കൻ വെള്ളത്തിൽ താണ് കൊമ്പുമാത്രം പുറത്തുകാണിക്കുന്നു. ഈച്ചകളെല്ലാം കൊമ്പിലായി. കുറുക്കൻ കൊമ്പ് വെള്ളത്തിൽ ഉപേക്ഷിച്ചിട്ട് ഊളിയിട്ട് കുളത്തിന്റെ മറുകര കയറി ഈച്ചകളിൽനിന്ന് രക്ഷപ്പെടുന്നു.

ഇന്നും ആ പടങ്ങൾ എന്റെ മനോദർപ്പണത്തിൽ വ്യക്തമായി കാണാം.

എഴുത്തിലേക്ക് വഴിതുറന്നത് വായന

പി വത്സല

വായനയാണ് എഴുത്തിലേക്ക് വഴികാട്ടിയത്. വായനയിലേക്ക് കൈപിടിച്ചെത്തിച്ചത് അമ്മയും. ഞാൻ കുട്ടിയായിരിക്കുമ്പോൾ ത്തന്നെ അമ്മ നല്ല വായനക്കാരി യായിരുന്നു. കഥ വായിക്കുന്നതൊ ന്നും അന്ന് അത്ര നല്ല കാര്യമായി ആരും കണ്ടിരുന്നില്ല. കഥ വായി ച്ചാൽ സ്വഭാവം ചീത്തയായിപ്പോവു മെന്നായിരുന്നു പലരുടേയും ധാ രണ. പുസ്തകങ്ങൾ കിട്ടാനും പ്രയാസം. എന്നാൽ കഷ്ടപ്പെട്ട് പുസ്തകം സമ്പാദിച്ചും കൈയിൽ കിട്ടുന്നതെന്തും വായിച്ചും വായനയെ കൂട്ടുപിടിച്ചതിലൂടെയാണ് ഞാനൊരു എഴുത്തുകാരിയായതെന്ന് എനിക്ക് നിസ്സംശയം പറയാനാവും.

ഞങ്ങളുടെ അടുത്ത വീട്ടിൽ താമസിച്ചിരുന്ന ബാലൻ നാ യർക്ക് ബുക്ക്ബൈന്റിങ് ആയിരുന്നു ജോലി. അദ്ദേഹത്തിന്റെ കൈയിൽ ധാരാളം പുസ്തകം വരും. വായനശാലകളുടെ പു സ്തകങ്ങളാണ് ബൈന്റ് ചെയ്യാൻ കൊണ്ടുവരുന്നത്. അമ്മ

അതെല്ലാം വാങ്ങിച്ചുകൊണ്ടുവരും. വീട്ടിലെ ജോലിയെല്ലാം തീർത്ത് അമ്മ വായിക്കാനിരിക്കും. പലപ്പോഴും അർദ്ധരാത്രിയായിട്ടാവും തുടങ്ങുക. മണ്ണെണ്ണ വിളക്കിന്റെ വെളിച്ചത്തിൽ അമ്മയുടെ വായന ഏറെ നീളും.

വീട്ടിലെ മൂത്ത കുട്ടിയായിരുന്നു ഞാൻ. തറവാട്ടിലല്ല ഞങ്ങളന്ന് താമസം. കൂട്ടുകാരില്ല. അവധിക്കാലത്തല്ലാതെ കളിക്കാൻ ആരുമില്ല. വെറുതെ സമയം കളയാൻ വല്ലാത്ത വിഷമം. അമ്മ വായിച്ച പുസ്തകങ്ങളെല്ലാം ഞാനും വായിക്കാൻ തുടങ്ങിയത് അങ്ങനെയാണ്. യു പി സ്കൂളിൽ പഠിക്കുമ്പോഴാണ് അത്. പുസ്തകങ്ങൾ പുതിയൊരു ലോകം തന്നു. അതുവരെ പരിചയമില്ലാത്ത ഒന്ന്. വായിച്ചു തീർത്ത ഓരോ പുസ്തകവും പിന്നെയും പിന്നെയും പുതിയവ വായിക്കാൻ പ്രേരിപ്പിച്ചു.

എഴുത്ത് അന്നും ഇന്നും എനിക്ക് സ്വാതന്ത്ര്യത്തിലേക്കുള്ള വഴിയാണ്. ഒരു സ്ത്രീയെന്ന നിലയിൽ സാധാരണഗതിയിൽ സമൂഹം അടിച്ചേല്പിക്കുന്ന പല അസ്വാതന്ത്ര്യങ്ങളിൽനിന്നും എഴുത്ത് എന്നെ മോചിപ്പിച്ചു. സമൂഹത്തോട് ചേർന്നുനില്ക്കാനും അതിലെ തെറ്റുകളെ ചൂണ്ടിക്കാട്ടാനും ഞാൻ തെരഞ്ഞെടുത്തത് എഴുത്തിന്റെ വഴി തന്നെയാണ്. അക്ഷരങ്ങളുടെ ശക്തി എക്കാലവും ഞാൻ തിരിച്ചറിയുന്നു എന്നതുതന്നെയാണ് അതിനു കാരണം.

വായന പൂത്തകാലം

മാധവിക്കുട്ടി

എന്റെ ബാല്യത്തിൽ ഞാൻ ആദ്യമായി വായിച്ച നോവലിന്റെ പേര് *ചിന്താമണി*യെന്നായിരുന്നു. നല്ലവളായ ഒരു രാജകുമാരിയെ അവളുടെ ശത്രു ഒരു കോട്ടയ്ക്കു മുകളിൽ സ്ഥിതിചെയ്യുന്ന തടവറയിൽ ബന്ധനസ്ഥയാക്കിയതും അവളെ ഒരു തത്ത തന്റെ പരിശ്രമത്തിൽ സ്വതന്ത്രയാക്കിയതും ആ പഴയ കഥയിൽ സുന്ദരമായി പ്രതിപാദിച്ചിരുന്നു.

ആ കഥ വായിച്ചതിനുശേഷമാണ് ഞാൻ വാസ്തവത്തിൽ പക്ഷികളെയും മൃഗങ്ങളെയും എന്റെ മിത്രങ്ങളായി കണ്ടുതുടങ്ങിയത്. എന്റെ സന്തതസഹചാരിയാവാൻ ഒരു തത്തയെ നേടിയെടുക്കണമെന്ന് ഞാനാഗ്രഹിച്ചു.

അമ്മാവന്റെ ലൈബ്രറിയിൽനിന്ന് ഞാൻ ആദ്യമായി വായിക്കാനെടുത്ത പുസ്തകം *പാവങ്ങൾ* ആയിരുന്നു. അന്ന് ആ കഥ മൂന്ന് വാല്യങ്ങളായാണ് പ്രസിദ്ധീകരിച്ചിരുന്നത്. എനിക്കു രസിക്കുന്ന ഭാഗങ്ങൾ മാത്രമേ ഞാൻ വായിച്ചുള്ളൂ.

ബിഷപ്പിന്റെ വെള്ളി സാമഗ്രികൾ മോഷ്ടിച്ചിട്ടും കഥാനായകൻ ശിക്ഷിക്കപ്പെടാത്തതിൽ ഞാൻ സന്തോഷിച്ചു. കൊസത്തിന് പാവക്കുട്ടിയെ ലഭിച്ചപ്പോഴും പിന്നീട് മരിയൂസ് എന്ന യുവാവിനെ ഭർത്താവായി ലഭിച്ചപ്പോഴും ഞാൻ വളരെയധികം സന്തോഷിച്ചു.

ഏഴു വയസ്സായിരുന്നപ്പോൾ *പാവങ്ങളി*ലെ ഒരു ഭാഗം നാടകമാക്കി അതിൽ ഞാൻ എപ്പോണന്റെ ഭാഗമെടുത്ത് അഭിനയിച്ചു.

വായിച്ചാൽ വിളയും

കുഞ്ഞുണ്ണി

ഞാൻ ആദ്യമായി വായിച്ച നോവൽ *മാർത്താണ്ഡവർമ്മ*യാണ്. അതിനുകാരണം അത് വീട്ടിലുണ്ടായിരുന്നു. അവസാനത്തെ ഏതാനും പേജുകൾ നഷ്ടപ്പെട്ടിരുന്നു. അത്രയേ വായിച്ചുള്ളൂ. പിന്നെ വായിച്ചിട്ടില്ല. ഭ്രാന്തൻ ചാന്നാനാണ് എനിക്കിഷ്ടപ്പെട്ട കഥാപാത്രം.

അച്ഛന്റെ ഇല്ലത്ത് പുസ്തകമുണ്ടായിരുന്നു. ബാസൽമിഷൻ ആണെന്നു തോന്നുന്നു പബ്ലിക്കേഷൻ. അതിനും അവസാന പേജുകൾ ഇല്ലായിരുന്നു. അതു വായിച്ചുകഴിഞ്ഞപ്പോൾ കുറച്ചുകൂടി ശേഖരിക്കണമെന്നു തോന്നി. അങ്ങനെ 3400 പഴഞ്ചൊല്ലുകൾ ശേഖരിച്ചു.

ജീവിതം വലുതാകും

കെ ഇ എൻ

വായിക്കുമ്പോൾ ജീവിതം വലുതാകും. അടച്ചിട്ട വാതിലുകളൊക്കെയും മുട്ടാതെതന്നെ തുറക്കപ്പെടും. നിശ്ശബ്ദത സ്വയം ശബ്ദിച്ചു തുടങ്ങും. മഹാവൃക്ഷങ്ങൾക്കെന്നപോലെ, മലിനമായൊരു മണൽത്തരിക്കും സംഘർഷഭരിതമായ ഒരു ജീവചരിത്രം ഉണ്ടെന്നു മനസ്സിലാവും. കൂട്ടലിനും കിഴിക്കലിനുമപ്പുറമുള്ള, വേറൊരു ലോകത്തിലേക്കുള്ള വഴികൾ തെളിയും. മുറിവേറ്റു മറിഞ്ഞുവീഴുമ്പോഴും ഇതൊന്നുമല്ല വീഴ്ചയെന്നു വ്യക്തമാവും. ഇന്നലെവരെ കാണാതെപോയ കാഴ്ചകളും കേൾക്കാതെപോയ ഇലയനക്കങ്ങളും അറിയാതെപോയ മുറിവുകളും അനുഭവിക്കാതെ പോയ അനുഭൂതികളും കീറിമുറിച്ചും കോരിത്തരിപ്പിച്ചും ഏതൊക്കെയോ അജ്ഞാതസ്രോതസ്സുകളിൽനിന്ന് കുതിച്ചുയരും.

ബധിരർ കേൾക്കും, അന്ധർ കാണും, മുടന്തർ നൃത്തം വയ്ക്കും, മരിച്ചവർ തിരിച്ചുവരും. 'വായന' വിസ്മയങ്ങളുടെ വേറൊ

രു സമാന്തര ലോകമാണ്. അതൊരു ജീവിതത്തെ, അനേകായിരം ജീവിതങ്ങൾകൊണ്ട് നിരന്തരം അഭിവാദ്യം ചെയ്യുകയാണ്.

വായന സക്രിയമായൊരു പ്രവർത്തനമാണ്. വിളകൾക്കും കളകൾക്കുമിടയിലൊരു വഴിവെട്ടലാണ്. വിളകൾ കളയാവുന്നതിന്റെയും കളകൾ വിളയാവുന്നതിന്റെയും ബലതന്ത്രം കണ്ടെത്തലാണ്. ആരോ എഴുതിയത് വെറുതെ വിഴുങ്ങുമ്പോഴല്ല, അതിനെ വീണ്ടും സ്വന്തമായി എഴുതുമ്പോഴാണ് വായന, അപഗ്രഥനത്തിന്റെ അസ്വസ്ഥതകളിൽവച്ച് സ്വയമൊരു ഉല്പാദനപ്രവർത്തനമായി വളരുന്നത്. അപ്പോഴാണ് കാണാപ്പുറങ്ങളിലേക്കു കണ്ണ് തുറക്കുന്നത്. അപ്പോഴാണ് കുഴിച്ചുമൂടപ്പെട്ട നീതിയുടെ കണ്ണുനീരിന്റെ ചൂടറിയുന്നത്.

അതോടെ സുഷിരങ്ങൾ വീണ് സ്വസ്ഥതകളുടഞ്ഞു തുടങ്ങും. ഉപേക്ഷിക്കപ്പെട്ടവരൊക്കെയും ഉയിർത്തെഴുന്നേല്ക്കും. മഷികൊണ്ടെഴുതിയ വാക്കുകളിൽനിന്നും ചോര കിനിയും. അക്ഷരങ്ങളെഴുതിയ കടലാസിൽ അഗ്നി ആളിപ്പടരും.

വായിച്ചു വളരുക

വട്ടപ്പറമ്പിൽ പീതാംബരൻ

'**വാ**യന മരിക്കുന്നു'- സ്ഥാനത്തും അസ്ഥാനത്തും ഈ പ്രസ്താവം മുഴങ്ങാറുണ്ട്. സത്യത്തിൽ വായന മരിക്കുന്നുണ്ടോ? ഇല്ല. എന്നാൽ യുവതലമുറയിൽ ഒരു വിഭാഗം വായനയിൽനിന്ന് അകലുന്നുണ്ട്. അതു ഒരു പുതിയ പ്രവണതയായി കരുതാനാവില്ല. മുതലാളിത്തം ബോധപൂർവ്വം ബഹുഭൂരിപക്ഷത്തിനെ അറിവിൽനിന്ന് അകറ്റാനായി നടത്തുന്ന തന്ത്രങ്ങളിൽപെട്ട് വായനയോട് താല്പര്യം കുറയുന്നുണ്ടെന്ന യാഥാർത്ഥ്യം നാം മറന്നുകൂടാ. ഭരണവർഗ്ഗവും പൗരോഹിത്യവും കൈകോർത്തുകൊണ്ട് അറിവിനു തടയിടുന്ന പ്രവർത്തനങ്ങളെ പോത്സാഹിപ്പിച്ചിരുന്നതായി ലോകചരിത്രം സാക്ഷ്യപ്പെടുത്തുന്നുണ്ട്.

വായനയെ മരവിപ്പിക്കാൻ പല ശക്തികളും ബോധപൂർവ്വം ശ്രമിക്കുന്നുണ്ടെങ്കിലും അവയെ അതിജീവിക്കാൻ ഒരളവുവരെ നമ്മുടെ കുട്ടികൾക്കു കഴിയുന്നുവെന്നത് ആശ്വാസം തന്നെ. നമ്മു

ടെ പാഠ്യപദ്ധതി വായന അനിവാര്യമാക്കിയിരിക്കുന്നു. നമ്മുടെ സംസ്ഥാനത്ത് ഗ്രന്ഥശാലകളില്ലാത്ത പൊതുവിദ്യാലയങ്ങൾ കാണില്ല; പ്രവർത്തനമില്ലാത്ത വിദ്യാലയ ഗ്രന്ഥശാലകളും കാണുമെന്നു തോന്നുന്നില്ല. വായിക്കാത്ത വിദ്യാർത്ഥിക്കു ശരിയായ പഠനത്തിനു ഇന്നു സാദ്ധ്യമല്ല. വായിക്കാത്ത അദ്ധ്യാപകനു നല്ലവണ്ണം പഠിപ്പിക്കാനും. അതുകൊണ്ടു തന്നെ വായനയ്ക്കു മരിക്കാനുമാവില്ല.

നമ്മുടെ സാംസ്കാരിക മേഖലയുടെ ജീവനാഡിയാണ് ഗ്രന്ഥശാലാ പ്രസ്ഥാനം. അതിനു രൂപം കൊടുത്തവരിൽ പ്രഥമഗണനീയനാണ് ശ്രീ. പി എൻ പണിക്കർ. സ്വാതന്ത്ര്യത്തിനുവേണ്ടിയുള്ള പോരാട്ടങ്ങളിൽ സജീവ സാന്നിദ്ധ്യമായിരുന്ന കേരളത്തിലെ കമ്യൂണിസ്റ്റ് പ്രസ്ഥാനം ഗ്രാമാന്തരങ്ങളിൽ രൂപം കൊടുത്ത വായനശാലകളും ഗ്രന്ഥശാലകളും കലാസമിതികളും നമ്മുടെ സാംസ്കാരിക ജീവവായു ആയിരുന്നു. തുടക്കത്തിൽ തിരുവിതാംകൂറിലും കാലക്രമത്തിൽ കേരളത്തിലെമ്പാടുമുള്ള ഗ്രന്ഥശാലകൾക്കു പൊതുവായ ചിട്ടകളും പ്രവർത്തന ശൈലിയും ഉണ്ടാക്കി ഇന്നുകാണുന്ന ഗ്രന്ഥശാലാസംഘത്തിനു ജന്മം നല്കാൻ അഹോരാത്രം പ്രയത്നിച്ച മഹത്തായ വ്യക്തിത്വത്തിനുടമയാണ് പി എൻ പണിക്കർ. മലയാളിക്കു അദ്ദേഹം നല്കിയ മുദ്രാവാക്യമാണ് ‘വായിച്ചു വളരുക.’

ഇ-വായന

ഇലക്ട്രോണിക് സ്ക്രീനിലൂടെ വായിക്കുന്നതിനെയാണ് പൊതുവെ ഇ-വായന എന്നു പറയുന്നത്. ലാപ്ടോപ്പും നെറ്റ്ബുക്കും ടാബ്ലെറ്റും മാത്രമല്ല ഇ ബുക്ക് റീഡറും. നമ്മുടെ മൊബൈൽ ഫോൺ വഴി പോലും ഇപ്പോൾ വായന സാദ്ധ്യമാണ്. മലയാളം വിക്കി ഗ്രന്ഥശാലയിൽ നിന്നുൾപ്പെടെ ഗ്രന്ഥങ്ങൾ ഡൗൺ ലോഡ് ചെയ്ത് വായിക്കാം. അപൂർവ്വമായ ചില മലയാള പുസ്തകങ്ങളുടെ ഡിജിറ്റൽ കോപ്പികളെക്കുറിച്ചാണീ കുറിപ്പ്.

എണ്ണമറ്റ വെബ്സൈറ്റുകളിലും ബ്ലോഗുകളിലുമായി നിറഞ്ഞിരിക്കുന്ന വിവരശേഖരത്തിന്റെ പെരുക്കമാണ് (Information pollution-) നാം നേരിടുന്ന മുഖ്യ വൈതരണികളിലൊന്ന്. ഇന്റർനെറ്റിൽ നിന്ന് നമുക്കാവശ്യമായ വിവരം അത് പുസ്തകരൂപത്തിലോ അല്ലാതെയോ കണ്ടെത്തുന്നത് ഭഗീരഥ പ്രയത്നമായിരിക്കുന്നു.

നമുക്കിതു വരെ ലഭ്യമല്ലാതിരുന്ന നിരവധി അത്യപൂർവ്വ മലയാള കൃതികളുടെ ഡിജിറ്റൽ കോപ്പികൾ ഇപ്പോൾ വിശ്വവലയിൽ സുലഭമാണ്. 1824 ൽ പ്രസിദ്ധീകരിച്ച ബഞ്ചമിൻ ബെയ്ലിയുടെ *ചെറു പൈതങ്ങൾക്ക്* ഉപകാരാർത്ഥം ഇംഗ്ലീഷിൽ നിന്ന് പരിഭാഷപ്പെടുത്തിയ കഥകൾ മലയാളത്തിലെ ആദ്യ ബാല

സാഹിത്യ കൃതിയാണ്. കേരളത്തിലച്ചടിച്ച ആദ്യ മലയാള പുസ്തകവുമിതാണ്. *ചെറു പൈതങ്ങൾ* എന്നുമറിയപ്പെടുന്ന ഈ കൃതിയുടെ ആദ്യ പതിപ്പിന്റെ ഏക കോപ്പി ബ്രിട്ടീഷ് മ്യൂസിയം ലൈബ്രറിയിലാണുള്ളത്. അവരുടെ വെബ്സൈറ്റിൽ നിന്ന് ഈ പതിപ്പ് നമുക്ക് ഡൗൺലോഡ് ചെയ്യാം. ഇതിന്റെ പരിഷ്കരിച്ച പതിപ്പ് പഠനത്തോടൊപ്പം ബെഞ്ചമിൻ ബെയ്‌ലി ഫൗണ്ടേഷന്റെ വെബ്സൈറ്റിൽ ഉൾപ്പെടുത്തിയിട്ടുണ്ട്. (www.benjaminbailey.org).

അച്ചടി പുസ്തകങ്ങളുടെ സ്ഥാനത്ത് വിവര സാങ്കേതിക വിദ്യ തുറന്നു തരുന്ന സാദ്ധ്യതകൾ നിരവധിയാണ്. നമുക്ക് എക്കാലത്തേക്കും നഷ്ടപ്പെട്ടു എന്നു നാം കരുതിയ അമൂല്യ പുസ്തകങ്ങളുടെ വീണ്ടെടുപ്പാണ് ഇ വായന നമുക്കു മുമ്പിലൊരുക്കുന്നത്.

1800 നുമുമ്പ് അച്ചടിക്കപ്പെട്ട നിരവധി മലയാള കൃതികളുടെ ഡിജിറ്റൽ പതിപ്പുകൾ മലയാളം വിക്കിപീഡിയ സന്നദ്ധ പ്രവർത്തകനായ ഷിജു അലക്സ് കണ്ടെത്തി ബ്ളോഗിൽ പ്രസിദ്ധീകരിച്ചിരുന്നു (www.shijualex.il). അപൂർവ്വ വായനാനുഭവമൊരുക്കുന്ന അവയിൽ ചിലവയുടെ വിവരമിതാ:

സെന്റം അഡാഗിയ മലബാറിക്കം എന്ന പേരിലറിയപ്പെടുന്ന പഴഞ്ചൊൽ പ്രപഞ്ചമാണ് ഈ കൂട്ടത്തിൽപ്പെടുന്ന ഒരു പ്രധാന ഗ്രന്ഥം. പൗലോസ് പാതിരി എന്നു വിളിക്കപ്പെടുന്ന പൗളിനോ ബാർത്തലോമിയോ രചിച്ച് 1791 ലാണീ ഗ്രന്ഥം പ്രസിദ്ധീകരിച്ചത്. നൂറ് മലയാളം ചൊല്ലുകളും അതിന്റെ ലത്തീൻ പരിഭാഷയുമാണ് ഇതിന്റെ ഉള്ളടക്കം. ഒരു പക്ഷേ, ഇന്ത്യൻ ഭാഷകളിലെ തന്നെ ആദ്യ പഴഞ്ചൊൽ ശേഖരമായിരിക്കാമിത്.

1799 ൽ അച്ചടിച്ച റോബർട്ട് ഡ്രമണ്ട് എന്ന ഭിഷഗ്വരൻ രചിച്ച മലയാള വ്യാകരണ പുസ്തകത്തിന്റെ ഡിജിറ്റൽ കോപ്പിയാണ് മറ്റൊന്ന്. Grammar of the Malabar language എന്ന ഈ ഗ്രന്ഥത്തിൽ ആദ്യകാല മലയാള ലിപികളെല്ലാം കാണാം. (വിക്കിമീഡിയ കോമൺസിൽ ഈ രണ്ടു കൃതികളും ലഭ്യമാണ്.) അത്യപൂർവ്വമായ ഈ പുസ്തകങ്ങൾ ഏതു പുസ്തക പ്രേമിയുടെ

യും ഉള്ള് കുളിർപ്പിക്കും എന്നുള്ളതിൽ സംശയമില്ല. ഡിജിറ്റൽ കോപ്പികൾക്കൊപ്പം ഇവ മലയാളം വിക്കി ഗ്രന്ഥശാലയിൽ ചേർക്കാനൊരുങ്ങുകയാണ് നമ്മുടെ പൊതു വിദ്യാലയങ്ങളിലെ വിദ്യാർത്ഥികൾ.(www.ml.wikisource.org-) ഈ കൃതികളുടെ വീണ്ടെടുപ്പും വായനയുമാകട്ടെ ഇത്തവണത്തെ വായനാ ദിനത്തിൽ നമ്മുടെ ലക്ഷ്യം.

ഇ വായനയുടെ പുതുവഴികൾ

കണ്ണൻ ഷൺമുഖം

'കേരളം വളരുന്നു പശ്ചിമഘട്ടങ്ങളെ
കേറിയും കടന്നുംചെന്നന്യമാം രാജ്യങ്ങളിൽ'

മഹാകവി പാലാ നാരായണൻ നായരുടെ കാവ്യഭാഗത്തെ അന്വർത്ഥമാക്കിക്കൊണ്ട് കേരളഭാഷ വളരുകയാണ്. മലയാളം ദേശാതിർത്തികൾ ഭേദിക്കുകയാണ്. ഇന്റർനെറ്റിന്റെ വരവോടെ ലോകത്തിന്റെ ഏതുകോണിലിരുന്നും മലയാളത്തിന്റെ മാധുര്യം വായിച്ചാസ്വദിക്കാം.

വിവര സാങ്കേതികവിദ്യ വായനയെ തളർത്തുകയല്ല, പുതിയരീതിയിൽ വളർത്തുകയാണ് ചെയ്യുന്നത്. ലോകത്തിന്റെ ഏതു ഭാഗത്തുനിന്നുമുള്ള ഇന്റർനെറ്റ് ശൃംഖലയുമായി ബന്ധിക്കപ്പെട്ട ഏതൊരു കമ്പ്യൂട്ടറിൽ നിന്നും ചുരുങ്ങിയ ചെലവിൽ വെബ്സൈറ്റുകളിലേക്ക് പ്രവേശനം സാദ്ധ്യമാണെന്നിരിക്കെ, നിലവിലുള്ള പരമ്പരാഗത സമ്പ്രദായങ്ങളെക്കാൾ പുതുതലമുറ ഇ-വായനയോട് താല്പര്യം കാണിക്കുന്നതിൽ അത്ഭുതമില്ല. ശ്രദ്ധേയരായ പ്രസാധകരുടെ പുസ്തകങ്ങൾ പ്രസിദ്ധീകരണ സമയത്തുതന്നെ ഡൗൺലോഡ് ചെയ്തു വായിക്കാനുള്ള സംവിധാനങ്ങളിന്നുണ്ട്.

ഇ - വായന

പാരമ്പര്യ വഴികളിൽ നിന്ന് വേറിട്ട് മലയാളിയുടെ വായനാലോകത്തെയും വായനാനുഭവത്തെയും മുന്നോട്ട് നയിക്കുകയാണ് ഇന്റർനെറ്റും പുതിയ സാങ്കേതിക വിദ്യകളും. ഇ - ബുക്കുകളും ഇ - റീഡറും ബ്ലോഗുകളും ഡിജിറ്റൽ ഗ്രന്ഥാലയങ്ങളും പുസ്തക പ്രേമികൾക്കും വിജ്ഞാന ദാഹികൾക്കും ഒരുക്കുന്നത് നിരവധി പുതിയ സാദ്ധ്യതകളാണ്. നിരവധി നാളുകളായി ലഭ്യമാകാതിരുന്ന പല അപൂർവ്വ ഗ്രന്ഥങ്ങളും ഇപ്പോൾ സുലഭമായി ഇന്റർനെറ്റിൽ ലഭിക്കും.

ഇ - ബുക്ക്

കമ്പ്യൂട്ടർ, മൊബൈൽ ഫോൺ, സമാനമായ മറ്റ് ഇലക്ട്രോണിക് ഉപകരണങ്ങൾ എന്നിവ ഉപയോഗിച്ച് വായിക്കാൻ രൂപപ്പെടുത്തിയ പുസ്തകങ്ങളാണ് ഇ - ബുക്ക് അഥവാ ഇലക്ട്രോണിക് ബുക്ക്. കടലാസ് പുസ്തകങ്ങളായി പ്രസിദ്ധീകരിച്ചു കഴിഞ്ഞ കൃതികളാണ് ഇ-ബുക്കുകളിൽ ഭൂരിഭാഗവുമെങ്കിലും, ഇലക്ട്രോണിക് രൂപത്തിൽ മാത്രമായി ലഭ്യമാക്കപ്പെട്ട പുസ്തകങ്ങളുമുണ്ട്. ഇ - ബുക്കുകളുടെ പ്രസാധനത്തെ ഇ - പബ്ലിഷിങ് എന്നു വിളിക്കുന്നു.

ഇന്റർനെറ്റിന്റെ പിറവിക്ക് മുമ്പുതന്നെ ഇ - ബുക്കുകൾ പ്രചാരത്തിലായി തുടങ്ങിയിരുന്നു. 'പ്രോജക്ട് ഗുട്ടൻബർഗി'ന്റെ ഉപജ്ഞാതാവായ മൈക്കൾ എസ് ഹാർട്ട് ആണ് ഇ - ബുക്കുകളുടെയും പിതാവ്. 1970 ൽ കോളേജ് വിദ്യാർത്ഥിയായിരിക്കുമ്പോൾ ലൈബ്രറിയിലെ കമ്പ്യൂട്ടർ ഉപയോഗിക്കാൻ അനുവാദം ലഭിച്ച ഹാർട്ട്, തന്റെ കമ്പ്യൂട്ടർ മറ്റ് പല കമ്പ്യൂട്ടറിലും ബന്ധപ്പെടുത്തിയിട്ടുണ്ടെന്നു മനസ്സിലാക്കിയിരുന്നു. ഇന്റർനെറ്റ് എന്ന ആശയം നിലവിൽ വന്നിട്ടില്ലാത്ത കാലമായിരുന്നു അത്. അമേരിക്കയുടെ സ്വാതന്ത്ര്യ പ്രഖ്യാപനം (Declaration of Independence) എന്ന വിശ്രുത ലേഖനത്തിന്റെ ഒരു പ്രതി സ്വന്തമായി ടൈപ്പ് ചെയ്തു ലഭ്യമാക്കിയതിലൂടെ ഇ - പ്രസാധന യുഗം പിറക്കുകയായിരുന്നു. തുടർന്ന് *ബൈബിൾ, ഹോമർ, മാർക്ക് ട്വയ്ൻ, ഷേക്സ്പിയർ* എന്നീ വിഖ്യാത കൃതികൾ, ഹാർട്ട് തന്നെ

ടൈപ്പ് ചെയ്ത് ലഭ്യമാക്കി. ഒറ്റയാൾ പട്ടാളമായി 313 കൃതികൾ 1987 ആയപ്പോഴേക്കും ഹാർട്ട് തനിയെ ടൈപ്പ് ചെയ്ത് ലോകത്തിന് നല്കി.

പ്രോജക്ട് ഗുട്ടൻബർഗ്

വെബ് വിലാസം: www.gutenberg.org

പകർപ്പവകാശ കാലാവധി കഴിഞ്ഞ സാഹിത്യ - സാഹിത്യേതര കൃതികൾ ഡിജിറ്റൽവല്ക്കരിക്കുകയും സംഭരിക്കുകയും അവ ഇ - ബുക്കുകളാക്കി വിതരണം ചെയ്യുകയും ചെയ്യുന്ന, ലാഭേച്ഛയില്ലാതെ പ്രവർത്തിക്കുന്ന പ്രസ്ഥാനമാണ് പ്രോജക്ട് ഗുട്ടൻബർഗ്. ഇന്ന് ലോകത്തിലെ ഏറ്റവും വലിയ ഡിജിറ്റൽ ഗ്രന്ഥശാലയാണ് ഇത്. പ്രോജക്ട് ഗുട്ടൻബർഗിന്റെ ഉപജ്ഞാതാവായ മൈക്കൾ എസ് ഹാർട്ട്, 1970 ൽ ഇല്ലിനോയിസ് യൂണിവേഴ്സിറ്റി വിദ്യാർത്ഥിയായിരിക്കെ ലൈബ്രറിയിലെ കമ്പ്യൂട്ടർ ഉപയോഗിച്ച് *അമേരിക്കയുടെ സ്വാതന്ത്ര പ്രഖ്യാപനം* എന്ന പ്രസിദ്ധ ഗ്രന്ഥം ടൈപ്പ് ചെയ്ത് കോളേജ് നെറ്റ്വർക്കിൽ ലഭ്യമാക്കി. തുടർന്ന് വിഖ്യാത കൃതികളടക്കം മുന്നൂറോളം പുസ്തകങ്ങൾ 'വിശ്വവ്യാപന വല'യിലെത്തിച്ചു. (ഇന്റർനെറ്റ് എന്ന പദത്തിനു തുല്യമായി നിത്യചൈതന്യയതി മലയാളത്തിലുപയോഗിച്ചതാണ് 'വിശ്വവ്യാപന വല')

ഇപ്പോൾ ഈ പദ്ധതിയിൽ പകർപ്പവകാശം കഴിഞ്ഞ ഒട്ടേറെ ഗ്രന്ഥങ്ങൾ അവയുടെ മുഴുവൻ രൂപത്തിൽ ലഭിക്കും. 2012 ജൂൺ ഒന്നിന്റെ കണക്കു പ്രകാരം പ്രോജക്ട് ഗുട്ടൻബർഗിൽ 39000 ഗ്രന്ഥങ്ങളുണ്ട്.

ഇ - ബുക്കുകളുടെ നിർമ്മാണവും വിതരണവും പ്രോത്സാഹിപ്പിക്കുക, അജ്ഞതയുടെയും നിരക്ഷരതയുടെയും ഇരുണ്ട ലോകത്തെ മറികടക്കാൻ സഹായിക്കുക, അസംഖ്യം ആളുകളിൽ ആവുന്നത്ര ഇ - ബുക്കുകൾ എത്തിക്കുക ഇവയാണ് പ്രോജക്ട് ഗുട്ടൻബർഗിന്റെ പ്രഖ്യാപിത ലക്ഷ്യങ്ങൾ.

കുട്ടികളുടെ പ്രിയപ്പെട്ട *ആലീസും അത്ഭുത ലോകവും ഈസോപ്പ് കഥകളും* മുതൽ വിശ്വസാഹിത്യത്തിലെ അമൂല്യ ഗ്രന്ഥങ്ങളും റഫറൻസ് ഗ്രന്ഥങ്ങളും 'പ്രോജക്ട് ഗുട്ടൻബർഗി'

ൽ സൗജന്യമായി ലഭിക്കും. സന്നദ്ധ പ്രവർത്തകരുടെ ശ്രമഫലമായാണ് ഓരോ മാസവും നാന്നൂറോളം പുസ്തകങ്ങൾ ഡിജിറ്റൽ രൂപത്തിൽ ചേർക്കപ്പെടുന്നത്. 2015 ആകുമ്പോഴേക്കും പത്തു ലക്ഷം പുസ്തകങ്ങൾ ചേർക്കാനാണ് ഈ ഡിജിറ്റൽ ഗ്രന്ഥശാല ലക്ഷ്യമിട്ടിരിക്കുന്നത്.

ഇ - ബുക്ക് റീഡർ

ഇ-ബുക്കുകൾ വായിക്കാനായി മാത്രം സജ്ജീകരിക്കപ്പെട്ടിരിക്കുന്ന ഉപകരണമാണ് ഇ-ബുക്ക് റീഡർ. ഇ-ബുക്ക് വായന ആസ്വാദ്യകരവും ക്ലേശരഹിതവുമാക്കുന്നു എന്നതാണ് നിർമ്മാതാക്കളുടെ അവകാശവാദം. മിക്ക പി ഡി എ കളിലും (personel digital assistant - PDA), പല മൊബൈൽ ഫോണുകളിലും ഇ-ബുക്കുകൾ വായിക്കാൻ സാധിക്കുമെങ്കിലും, സ്ക്രീനിന്റെ വലിപ്പം, ഡിസ്പ്ലേ വ്യത്യാസങ്ങൾ തുടങ്ങിയ പല പരിമിതികളും ഇവയ്ക്കുണ്ട് എന്നതുകൊണ്ടാണ് ഇ - റീഡറുകൾ പ്രസക്തമാവുന്നത്.

നൂറുകണക്കിനു പുസ്തകങ്ങൾ പോക്കറ്റിൽ കൊണ്ടു നടക്കാം, എല്ലാകാലവും കേടുവരാതെ നില്ക്കും, ഉപയോക്താവിന്റെ ആവശ്യാനുസരണം അക്ഷരങ്ങളുടെ വലിപ്പം, ലിപികളുടെ തരം എന്നിവ ക്രമപ്പെടുത്താം, ഇരുട്ടത്തും പുസ്തകവായന നടത്താം എന്നതൊക്കെയാണ് ഇ- റീഡറുകളുടെ ആകർഷണീയത. പാട്ടുകൾ കേൾക്കാനും ഇന്റർനെറ്റ് ബ്രൗസ് ചെയ്യാനും പല ഉപകരണങ്ങൾക്കു സാധിക്കും. ഉപകരണത്തിന്റെ വിലയും തുടർന്നും പുതിയ പുസ്തകങ്ങൾ വാങ്ങാൻ വേണ്ടി വരുന്ന തുകയും ന്യൂനതകളായി ചൂണ്ടിക്കാണിക്കപ്പെടുന്നു.

പുസ്തക വിതരണ വമ്പന്മാരായ ആമസോൺ, ഇലക്ട്രോണിക് ഭീമന്മാരായ സോണി തുടങ്ങിയവർ സ്വന്തമായി ഇ - ബുക്ക് റീഡറുകൾ വിപണിയിലിറക്കിയിട്ടുണ്ട്. ആദ്യ ഭാരതീയ ഇ - റീഡർ, വിങ്ക്സ് xt വിപണിയിലെത്തിയത് 2010 ലാണ്. 15 ഇന്ത്യൻ ഭാഷകൾ വായിക്കാനായി ക്രമപ്പെടുത്തിയിട്ടുണ്ട്.

വായന വളർത്തിയ മഹാരഥന്മാർ

അക്ഷരങ്ങളിൽനിന്ന് അറിവും ആത്മവിശ്വാസവും നേടിയവരാണ് മഹാന്മാരായ ലോകനേതാക്കളിലേറെയും. കുട്ടിക്കാലത്തുതന്നെ വായനയുടെ അത്ഭുതലോകത്തെത്തിയവർ. വായന അവരുടെ മനസ്സിനെ ആർദ്രമാക്കി. മഹാവൃക്ഷങ്ങൾക്കെന്നപോലെ, മലിനമായൊരു മണൽത്തരിക്കും സംഘർഷഭരിതമായ ഒരു ജീവചരിത്രം ഉണ്ടെന്ന് തിരിച്ചറിഞ്ഞു. അതുവരെ കാണാതെപോയ കാഴ്ചകളും കേൾക്കാതെപോയ ഇലയനക്കങ്ങളും അറിയാതെപോയ മുറിവുകളും അനുഭവിക്കാതെ പോയ അനുഭൂതികളും വായനയിൽനിന്ന് അനുഭവിച്ചറിഞ്ഞു. ജനനായകരായി. ലോകത്തെ നയിച്ചു. വായന വളർത്തിയ മഹാരഥന്മാരിൽ ചിലരെക്കുറിച്ച് വായിക്കൂ.

വായനയുടെ സ്വർഗ്ഗത്തിൽ
ഫിദൽ കാസ്ട്രോ

ക്യൂബയുടെ പ്രസിഡന്റായിരുന്ന ഫിദൽകാസ്ട്രോയുടെ ഉറ്റചങ്ങാതിയാണ് നോബൽസമ്മാന ജേതാവ് ഗബ്രിയേൽ ഗാർസ്യ മാർക്കേസ്. ഒരിക്കൽ ഇവർ കണ്ടുമുട്ടിയപ്പോൾ കാസ്ട്രോ മാർക്കേസിനോട് പറഞ്ഞു. "വല്ലാത്ത തലവേദന. അതുമാറാൻ എന്താണൊരു വഴി?" "നല്ല പുസ്തകം വായിച്ചാൽ മതി". അതാ

യിരുന്നു മാർക്കേസിന്റെ മറുപടി. വായിക്കേണ്ട ചില പുസ്തകങ്ങളുടെ പേരും അദ്ദേഹം നിർദ്ദേശിച്ചു. എല്ലാം ആയിടെ പുറത്തിറങ്ങിയ പുസ്തകങ്ങൾ. കാസ്ട്രോയുടെ മറുപടി മാർക്കേസിനെ അത്ഭുതപ്പെടുത്തി. "അവയെല്ലാം ഞാൻ വായിച്ചുകഴിഞ്ഞു." എന്നായിരുന്നു ആ മറുപടി. അത്ഭുതം വിട്ടുമാറാത്ത മാർക്കേസ് കൈയിലുള്ള പുസ്തകം അദ്ദേഹത്തിന് കൊടുത്തു. പിറ്റേ ദിവസം പന്ത്രണ്ടുമണിക്ക് അവർ വീണ്ടും കണ്ടുമുട്ടിയപ്പോൾ വായിച്ചുതീർത്ത ആ പുസ്തകം കാസ്ട്രോ മാക്കേസിന് കൈമാറി. ഒരിക്കൽക്കൂടി മാർക്കേസ് അമ്പരന്നു!

അതെ, ഒന്നാന്തരം വായനക്കാരനാണ് കാസ്ട്രോ. ലോകത്തിലെ ഏറ്റവും നല്ല വായനക്കാരിലൊരാൾ. കുട്ടിക്കാലത്ത് തുടങ്ങിയതാണ് വായനാശീലം. ചരിത്രപുസ്തകങ്ങളോടായിരുന്നു വിദ്യാർത്ഥിയായിരിക്കുമ്പോൾ കൂടുതൽ താല്പര്യം. ക്യൂബൻ വിപ്ലവത്തിന്റെ അപ്പസ്തലനായ ഫോസെ മാർത്തിയുടെ കൃതികളോട് ആരാധനയായിരുന്നു കാസ്ട്രോവിന്. ഏറ്റവും ഇഷ്ടപ്പെട്ട ചരിത്രപുരുഷൻ സൈമൺ ബൊളിവർ. കാസ്ട്രോ *ബൈബിൾ* ആവർത്തിച്ച് വായിക്കാറുണ്ടായിരുന്നു. അപൂർവ്വ ഭംഗിയുള്ള സാഹിത്യമാണ് *ബൈബിളി*ന്റേത്.

കാസ്ട്രോ നന്നായി വായിച്ചത് ജയിലിൽ കഴിയുമ്പോഴായിരുന്നു. 1953 ൽ മൊങ്കാദാ കോട്ട ആക്രമിച്ചതിനെതുടർന്ന് പിടിക്കപ്പെട്ടതിനെതുടർന്നായിരുന്നു തടവറ ജീവിതം. വമ്പിച്ച ബഹുജനപ്രക്ഷോഭത്തെതുടർന്ന് ജയിൽമോചിതനാകുന്നതുവരെയുള്ള മൂന്നുവർഷം കാരാഗൃഹത്തിൽ വായനയുടെ നാളുകളായിരുന്നു അദ്ദേഹത്തിന്. ദിവസം 13-14 മണിക്കൂർ വായിക്കും.

ഹ്യൂഗോയുടെ *പാവങ്ങൾ*, ദസ്തയേവ്സ്കിയുടെയും റൊമാങജിന്റെയും കൃതികൾ വായിച്ചത് ഇക്കാലത്താണ്. സെർവാന്റീസിന്റെ *ഡോൺക്വിക്സോട്ട്* വളരെ ഇഷ്ടമായിരുന്നു. ഏറ്റവും ഇഷ്ടപ്പെട്ട കവി പാബ്ലോ നെരൂദയാണ്. വായന ലഹരിയായി കൊണ്ടുനടന്ന കാസ്ട്രോ പറയുന്നത് ഇങ്ങനെയാണ്. "എനിക്ക് മറ്റൊരു ജീവിതമുണ്ടെങ്കിൽ സാഹിത്യകാരനായി ജനിക്കാനാണ് ആഗ്രഹം".

അക്ഷരങ്ങളുടെ തോഴൻ
മൗ സെ ദോങ്

മൗ ഉത്സാഹിയായ ബാലനാണ്. ചെറുപ്രായത്തിൽ തന്നെ അച്ഛനോടൊപ്പം വയലിലിറങ്ങും. പകലന്തിയോളം പണിയെടുക്കും. വീട്ടിലെത്തിയാലുമുണ്ടാകും പണി. അച്ഛനെ കണക്കെഴുതാൻ സഹായിക്കണം. പാതിരവരെ നീളുമിത്. അച്ഛനുറങ്ങിക്കഴിഞ്ഞാൽ മൗ പുസ്തകം കൈയിലെടുക്കും. ഉറക്കമിളച്ച് വായിക്കും. പുരാണങ്ങളും ഇതിഹാസങ്ങളും വിപ്ലവങ്ങളുമെല്ലാം ആ കൗമാരക്കാരനെ കോരിത്തരിപ്പിക്കും. വായിക്കുന്നതിന് അച്ഛൻ എതിരല്ല. എന്നാൽ മണ്ണെണ്ണ കത്തിച്ചുതീർക്കുന്നതിന് അനുവദിക്കില്ല. അർദ്ധരാത്രി കഴിഞ്ഞും മുറിയിൽ വിളക്ക് കത്തുന്നതു കണ്ടാൽ വഴക്കു പറയും. ഉറക്കമൊഴിക്കരുത്. രാവിലെ പാടത്ത് പോകാനുള്ളതാണ്. അച്ഛന്റെ ശകാരങ്ങൾ പാതികേട്ട് മൗ വായനയുടെ അത്ഭുതലോകത്തിൽ അഭിരമിച്ചു. ജനകീയ ചൈനയുടെ ആദ്യ പ്രസിഡന്റായിരുന്ന മൗ സെ ദോങ്ങായിരുന്നു ആ ബാലൻ.

നല്ല വായനക്കാരനും എഴുത്തുകാരനുമായിരുന്നു മൗ സെ ദോങ്. കുട്ടിക്കാലം മുതലുള്ള വായനയും പഠനവുമാണ് മൗവിനെ പേരുകേട്ട എഴുത്തുകാരനാക്കിയത്. എട്ടാം വയസ്സിലാണ് മൗ സ്കൂളിൽ ചേർന്നത്. അതിനുമുമ്പുതന്നെ അക്ഷരവിദ്യ വശമാക്കിയ ആ ബാലൻ അക്ഷരചൈതന്യത്തിന്റെ അമൃതം നുകരാൻ തുടങ്ങിയിരുന്നു. സ്കൂളിലെ പഠനം വായനയുടെ പുതിയ ചക്രവാളം തേടാൻ പ്രേരണയായി.

കവിതകളേക്കാൾ കഥകളോടായിരുന്നു കമ്പം. പ്രത്യേകിച്ച് ഇതിഹാസ കഥകളോട്. 'ചരിത്ര പുരുഷനായ യൂസഫെലി', 'ടാങ് വംശത്തിന്റെ കഥകൾ', പടിഞ്ഞാറേക്കുള്ള തീർത്ഥയാത്ര', 'പീരങ്കിക്കിരയായ ദൈവങ്ങൾ' തുടങ്ങിയ കഥകൾ വലിയ താല്പര്യത്തോടെയാണ് ആ ബാലൻ വായിച്ചുതീർത്തത്. വായിച്ച കഥകൾ കൂട്ടുകാരോട് രസം ചോരാതെ പറയാനും മൗവിന് കഴിഞ്ഞിരുന്നു. ഇതിഹാസത്തിൽനിന്ന് വായന ക്രമേണ സാഹസിക കഥകളിലേക്കും വിപ്ലവകഥകളിലേക്കും വഴിമാറി.

എന്നാൽ അത്തരം കഥകൾ വായിക്കാൻ അനുവാദമുണ്ടായിരുന്നില്ല. നിയമവിരുദ്ധമായിരുന്നു. സ്കൂളിൽ അദ്ധ്യാപകർ വിലക്കുകയും ചെയ്തു. എന്നാൽ ഇതൊന്നും മൗവിന്റെ വായനയെ തടസ്സപ്പെടുത്തിയില്ല. കൂട്ടുകാരിൽനിന്നും നല്ല വായനക്കാരിൽ നിന്നും രഹസ്യമായി അത്തരം പുസ്തകങ്ങൾ തേടിയെത്തി വായിച്ചു. മാത്രമല്ല നല്ല പുസ്തകങ്ങൾ മറ്റു കുട്ടികളെകൊണ്ട് വായിപ്പിക്കുകയും ചെയ്തു.

താക്കീതിന്റെ വചനങ്ങൾ എന്നൊരു പുസ്തകം മൗ സെ ദോങ്ങിനെ വല്ലാതെ സ്വാധീനിച്ചു. റെയിൽവേ, കമ്പിത്തപാൽ, ടെലിഫോൺ, ആവിക്കപ്പൽ തുടങ്ങിയവയുടെ അഭാവമാണ് ചൈനയുടെ പിന്നോക്കാവസ്ഥയ്ക്ക് കാരണമെന്ന് ആ പുസ്തകത്തിൽ പറയുന്നുണ്ട്. ആ ആശയങ്ങൾ മൗവിന് വളരെ ശരിയായി തോന്നി. പുസ്തകം ആവർത്തിച്ചു വായിച്ചു. വായന മൗ സെ ദോങ്ങിനെ പുതിയൊരു മനുഷ്യനാക്കി. വിശ്വാസത്തിലും ജീവിതത്തിലും വലിയ മാറ്റങ്ങളുണ്ടായി. കുട്ടിക്കാലത്ത് ബുദ്ധമത അനുയായിയായിരുന്ന മൗ പുതിയ ആശയങ്ങളുടെ സ്വാധീനത്തിന്റെ ഫലമായി നാസ്തികനായി.

പതിമൂന്നാം വയസ്സിൽ സ്കൂളിനോട് വിടപറഞ്ഞതിനു ശേഷം അല്പകാലം പട്ടാളത്തിൽ ജോലി നോക്കി. അതുപേക്ഷിച്ച് പിന്നെയും പഠിത്തം. സ്കൂളിലെ പഠിപ്പിനേക്കാൾ നല്ലത് പുസ്തകങ്ങളിൽ നിന്നു കിട്ടുന്ന അറിവാണെന്ന് മനസ്സിലാക്കി ഗ്രന്ഥാലയത്തിലേക്ക് പോയി. ഹൂണാൻ സംസ്ഥാനത്തെ വലിയൊരു വായനശാലയിൽ ചെന്നിരുന്നാണ് മൗ കുറേക്കാലം വായിച്ചത്. ആറുമാസം കൊണ്ട് അനവധി പുസ്തകങ്ങൾ വായിച്ചു. നിരന്തരമായ വായനയും പഠനവുമാണ് മൗ സെ ദോങ്ങിനെ മഹാനായ നേതാവാക്കിയത്.

പുസ്തകം വളർത്തിയ കുട്ടി

ഹോ ചിമിൻ

ഹോ എന്ന ബാലന് കുട്ടിക്കാലം ഏകാന്തമായിരുന്നു. സ്കൂൾ വിട്ടുവന്നാൽ കളിക്കൂട്ടുകാരില്ല. വീടിന്റെ പടിഞ്ഞാറ് വിശാലമായ പുൽത്തകിടിയിൽ അവൻ ഒറ്റയ്ക്കിരിക്കും. പുൽനാ

മ്പുകളോടും ചെറുതുമ്പികളോടും കിന്നരിക്കും. പടിഞ്ഞാറൻ ചക്രവാളച്ചെരുവിൽ അസ്തമയ സൂര്യൻ കോറിയിടുന്ന ശോണചിത്രങ്ങളിൽ വെറുതേ നോക്കിയിരിക്കും. മറ്റുചിലപ്പോൾ കൈയിൽ കരുതിയ പുസ്തകത്തിൽ മിഴിനട്ടിരിക്കും. അതിലെ കഥകൾ ശ്രദ്ധയോടെ വായിക്കും. നല്ല പുസ്തകങ്ങൾ തേടിപ്പിടിച്ച് വായിച്ചു. അച്ഛൻ ഒരുപാട് കഥകൾ പറയും. അതെല്ലാം ശ്രദ്ധയോടെ കേൾക്കും. ജന്മികളിൽനിന്നും പ്രഭുക്കളിൽനിന്നും സാധുമനുഷ്യർക്ക് സഹിക്കേണ്ടിവന്ന ദുരിതങ്ങളെക്കുറിച്ചുള്ള കഥകളാണ് ഏറെയും. ദുരിതങ്ങൾക്കിടയിലും അവർ നല്ല ജീവിതം സ്വപ്നം കണ്ടു. എൻഗ്യൂയെൻ ത്രായിയുടെ കവിതയിൽ ആ സ്വപ്നമുണ്ടായിരുന്നു. കലാപത്തിന്റെ തീപ്പൊരിയുണ്ടായിരുന്നു. ഇത് ഹോയെ ഏറെ ആകർഷിച്ചു. ടോൾസ്റ്റോയിയുടെ *യുദ്ധവും സമാധാനവും*, *അന്നാകരിനീന*, *ഉയിർത്തെഴുന്നേല്പ്* തുടങ്ങിയവയും ഹെൻട്രി ബർബൂസയുടെ *അണ്ടർഫയർ* എന്ന നോവലും ഹോചിമിന്റെ മനസ്സിനെ പിടിച്ചുകുലുക്കി.

ലോകത്തെ പ്രധാന വിപ്ലവങ്ങളെക്കുറിച്ച് പഠിക്കാൻ ഹോ യാത്ര ചെയ്തു. അനേക രാജ്യങ്ങൾ സന്ദർശിച്ചു. അവിടങ്ങളിലെ ജീവിതം നിരീക്ഷിച്ചു. അവരുടെ ദുരിതങ്ങൾ കണ്ടറിഞ്ഞു. പല ഭാഷകളും പഠിച്ചു. ആ ഭാഷകളിലെ പുസ്തകങ്ങൾ വായിച്ചു. ഷേക്സ്പിയറുടെയും വേഡ്സ്വെർത്തിന്റെയും കൃതികൾ ആവർത്തിച്ചു വായിച്ചു. പുസ്തകങ്ങൾ ഹോയിലെ മനുഷ്യസ്നേഹിയെ ഉണർത്തി. പ്രതിഭയെ ഉത്തേജിപ്പിച്ചു. വിപ്ലവകാരിയും എഴുത്തുകാരനുമാക്കി.

ജീവിതത്തെ മാറ്റിയ വായന

ഗാന്ധിജി

ഗാന്ധിജിയുടെ ജീവിതത്തെ ആഴത്തിൽ സ്വാധീനിച്ചത് പുസ്തകങ്ങളാണ്. ചെറുപ്പത്തിൽ *ശ്രവണ പിതൃഭക്തി* എന്ന നാടകം വായിച്ചു.

ശ്രവണൻ എന്ന ബാലൻ മാതാപിതാക്കളെ ചുമലിലേറ്റി തീർത്ഥയാത്രയ്ക്ക് കൊണ്ടുപോകുന്ന രംഗം ആ നാടകത്തിൽ വിവരിച്ചിരുന്നു. പില്ക്കാലത്ത് ഗാന്ധിജിയെ ഏറെ സ്വാധീനിച്ച

പുസ്തകമാണ് *അൺ ടു ദിസ് ലാസ്റ്റ്.*

ജോൺ റസ്ക് എഴുതിയ ഈ പുസ്തകം നെറ്റാളിലേക്കുള്ള ഒരു യാത്രയിലാണ് അദ്ദേഹം വായിച്ചത്. വായിച്ച് കഴിഞ്ഞിട്ടും താഴെവെക്കാൻ കഴിയാത്തവിധം അത് ഗാന്ധിജിയെ വശീകരിച്ചു. ആ പുസ്തകത്തിലെ തത്ത്വങ്ങൾക്കനുസരിച്ച് തന്റെ ജീവിതവും മാറ്റിത്തീർക്കുമെന്ന് ഗാന്ധിജി നിശ്ചയിച്ചു. *അൺ ടു ദിസ് ലാസ്റ്റ്* എന്ന പുസ്തകം *സർവ്വോദയ* എന്ന പേരിൽ ഗാന്ധിജിതന്നെ ഗുജറാത്തിയിലേക്ക് വിവർത്തനം ചെയ്തു.

ടോൾസ്റ്റോയി കൃതികളും ഗാന്ധിജിയെ വളരെ സ്വാധീനിച്ചു. 'ടോൾസ്റ്റോയി ഫാം' എന്ന പേരിൽ ഒരു പരിശീലനകേന്ദ്രവും അദ്ദേഹം ആരംഭിച്ചിരുന്നു. *ഭഗവദ്ഗീത*, *ബൈബിൾ*, *ഖുറാൻ* എന്നീ വിശുദ്ധ ഗ്രന്ഥങ്ങൾ ഗാന്ധിയൻ തത്ത്വശാസ്ത്രം രൂപപ്പെടുത്തുന്നതിൽ നിർണ്ണായക പങ്ക് വഹിച്ചു.

പുസ്തകങ്ങൾ കൂട്ടുകാർ
ജവഹർലാൽ നെഹ്റു

കുട്ടിക്കാലം മുതലേ വായനയിൽ ആനന്ദം കണ്ടെത്തിയ വ്യക്തിയായിരുന്നു ഇന്ത്യയുടെ ആദ്യ പ്രധാനമന്ത്രി ജവഹർലാൽ നെഹ്റു. അച്ഛനായ മോത്തീലാൽ നെഹ്റുവിന്റെ ഗുമസ്തനായിരുന്ന മുൻഷി മുബാറക്ക് അറബിക്കഥകളും മറ്റും പറഞ്ഞുകൊടുക്കുമായിരുന്നു. അമ്മ സ്വരൂപ് റാണിയാവട്ടെ *രാമായണം*, *മഹാഭാരതം* എന്നീ ഇതിഹാസങ്ങളിലെ കഥകൾ നെഹ്റുവിന് പറഞ്ഞുകൊടുക്കും. ട്യൂട്ടറായ എഫ് റ്റി ബ്രൂക്കസൊണ് ബാലനായ നെഹ്റുവിൽ പുസ്തക വായനയിൽ ആഭിമുഖ്യം വളർത്തിയ മറ്റൊരാൾ. സ്കോട്ട്, ഡിക്കൻസ്, എച്ച് ജി വെൽസ് തുടങ്ങിയ വിഖ്യാത ഇംഗ്ലീഷ് എഴുത്തുകാരുടെ പുസ്തകങ്ങൾ വായിക്കാൻ നെഹ്റുവിനെ പ്രേരിപ്പിച്ചത് ബ്രൂക്കസൊണ്.

ഡോൺ ക്വിക്സോട്ട്, *ഷെർലക് ഹോംസ്*, *സെൻസായിയിലെ തടവുകാരൻ* തുടങ്ങിയ കൃതികൾ അദ്ദേഹത്തെ ആകർഷിച്ചു. ഒട്ടേറെ കവിതകളും നെഹ്റു വായിച്ചുതീർത്തു. *ഭഗവദ്ഗീത*, ഉപനിഷത്തുകൾ എന്നിവ അദ്ദേഹത്തിൽ പുതിയവെളിച്ചം

നല്കി. കേംബ്രിഡ്ജിൽ പഠിക്കുന്ന കാലത്താണ് ചരിത്രം, രാഷ്ട്രമീമാംസ, ധനതത്ത്വശാസ്ത്രം തുടങ്ങിയ വിഷയങ്ങളെ സംബന്ധിച്ച പുസ്തകങ്ങൾ വായിച്ചുതീർത്തത്. സ്വാതന്ത്ര്യസമര പ്രക്ഷോഭത്തിൽ പങ്കെടുത്ത് ജയിലിൽ കഴിയവെ പുസ്തക വായനയിലും എഴുത്തിലും മുഴുകി കഴിയുകയായിരുന്നു നെഹ്റു.

അവസാനിക്കാത്ത വായന
ഇ എം എസ്

ഇ എം എസ് കൃതജ്ഞതയോടെ ഓർക്കുന്ന ഒരദ്ധ്യാപകൻ കുഞ്ഞിക്കണ്ണൻ നമ്പ്യാരാണ്. അദ്ദേഹം നേരിട്ട് പഠിപ്പിച്ചിട്ടില്ല. പക്ഷേ, അദ്ദേഹം മുൻകൈയെടുത്ത് നടത്തിവന്ന ഗ്രാമീണ വായനശാലയും അതിന്റെ ആഭിമുഖ്യത്തിൽ ആരംഭിച്ച യുവചൈതന്യം എന്ന കൈയെഴുത്തു മാസികയും ഇ എം എസിന്റെ കുട്ടിക്കാലത്തെ വിഹാരങ്ങളായി.

നമ്പ്യാർ മാസ്റ്ററുടെ ഗ്രന്ഥശാലയിൽ കിട്ടാവുന്നതൊക്കെ ഒന്നൊഴിയാതെ വായിച്ചുതീർക്കാൻ ഇ എം എസ് സമയം കണ്ടെത്തി. ഇംഗ്ലീഷ് പത്രങ്ങളിൽ ദേശീയവാദിയായിരുന്ന കസ്തൂരി രംഗ അയ്യർ നടത്തി വന്ന ഹിന്ദുവും മലയാളത്തിൽ കോൺഗ്രസിന്റെ ആദ്യകാല നേതാക്കളിൽ പ്രമുഖരായ കെ പി കേശവ മേനോനും മാധവൻ നായരും മറ്റും ചേർന്ന് ആയിടെ ആരംഭിച്ച *മാതൃഭൂമി*യായിരുന്നു ദേശീയവാദികൾക്കെന്നപോലെ ഇ എം എസിനും പഥ്യം.

ഒ ചന്തുമേനോന്റെ *ഇന്ദുലേഖ* കേരളവർമ്മയുടെ *അക്ബർ*, സി വി രാമൻ പിള്ളയുടെ *മാർത്താണ്ഡവർമ്മ* തുടങ്ങിയ ആഖ്യായികകളും കുമാരനാശാന്റെ 1908 ലെ *വീണപൂവ്* മുതൽ 1922 ലെ *ദുരവസ്ഥ* വരെയുള്ള കവിതകളും വള്ളത്തോളിന്റെ സാഹിത്യമഞ്ജരി പരമ്പരകളുമൊക്കെ ഇ എം എസ് വായിച്ചു തീർത്തു. ഇവയിൽ കൂട്ടുകുടുംബവ്യവസ്ഥയെയും നമ്പൂതിരി നായർ സംബന്ധത്തെയും ബഹുഭാര്യാത്വത്തെയും മറ്റും നിശിതമായി എതിർക്കുന്ന *ഇന്ദുലേഖ*യും മലബാർ കലാപത്തിന്റെ പശ്ചാത്തലത്തിൽ 'മാറ്റുവിൻ ചട്ടങ്ങളെ' എന്നാഹ്വാനം ചെയ്യു

കയും നമ്പൂതിരി സ്ത്രീയും പുലയ യുവാവുമായുള്ള വിവാഹത്തെ പ്രകീർത്തിക്കുകയും ചെയ്ത *ദുരവസ്ഥ*യും ഇ എം എസിനെ പ്രത്യേകം ആകർഷിച്ചു. പില്ക്കാലത്ത് അവയെക്കുറിച്ച് ചിന്തോദ്ദീപകമായ പഠനങ്ങൾ അദ്ദേഹം എഴുതുകയുണ്ടായി. രാജഭക്തനായ സി വി രാമൻ പിള്ളയെയും സാമൂഹ്യപരിഷ്കർത്താവായിരുന്ന ചന്തുമേനോനെയും താരതമ്യപ്പെടുത്തി രൂക്ഷമായ വിവാദങ്ങൾക്ക് ഇ എം എസ് തിരികൊളുത്തിയതിന്റെ തുടക്കം ഈ വായനയിൽ നിന്നാണ്.

ഇ എം എസ് അന്നു വായിച്ച പഠന-വിമർശന കൃതികളിൽ പ്രത്യേകം ഓർക്കുന്നവയിൽ എ ആർ രാജരാജവർമ്മയുടെ *ഭാഷാഭൂഷണം*, *സാഹിത്യസാഹ്യം* തുടങ്ങിയ സാഹിത്യലക്ഷണഗ്രന്ഥങ്ങളും രാജ്യദ്രോഹക്കുറ്റമാരോപിച്ച് തിരുവിതാംകൂറിൽ നിന്ന് നാടുകടത്തപ്പെട്ട സ്വദേശാഭിമാനി രാമകൃഷ്ണപിള്ളയുടെ *വൃത്താന്തപത്രപ്രവർത്തനം* തുടങ്ങിയ കൃതികളും ഉൾപ്പെടുന്നു.

എതിർപ്പിനെ മറികടന്ന വായന

ജോസഫ് മുണ്ടശ്ശേരി

സ്കൂളിൽ കണക്കിനോടും സയൻസിനോടുമായിരുന്നു ജോസഫിന് താല്പര്യം. ക്രമേണ സാഹിത്യത്തോട് ഇഷ്ടം തോന്നി. പ്രത്യേകിച്ച് കവിതകളോട്. അച്ചടിച്ച കവിതകളെല്ലാം തേടിപ്പിടിച്ച് വായിക്കാൻ തുടങ്ങി. അച്ഛന്റെ പ്രായക്കാരനായ ഒരാളുണ്ടായിരുന്നു അയൽപക്കത്ത്. അദ്ദേഹമാണ് കവിത പരിചയപ്പെടുത്തിയത്.

ഒരു ഞായറാഴ്ച ഇരുവരും വീടിന്റെ തിണ്ണയിലിരുന്ന് കുണ്ടൂരിന്റെ പച്ചമലയാളം കൃതികൾ വായിച്ചുരസിക്കുകയായിരുന്നു.

ജോസഫിന്റെ കൂടെയുണ്ടായിരുന്ന പ്രായമുള്ളയാളെ കണ്ടതുകൊണ്ട് അച്ഛനൊന്നും പറഞ്ഞില്ല. അദ്ദേഹം തന്റെ വീട്ടിലേക്ക് പോകുകയും ജോസഫ് പുറത്തേക്ക് ഇറങ്ങുകയും ചെയ്തപ്പോൾ അച്ഛൻ കുണ്ടൂരിന്റെ ഭാഷാകാവ്യങ്ങൾ അടുപ്പിലിട്ട് കത്തിച്ചുകളഞ്ഞു. അജ്ഞാനികളുടെ കാവ്യങ്ങൾ കൊണ്ടുനടന്നാൽ നരകത്തിൽപോകും എന്ന് വികാരിയച്ചൻ മുമ്പ് പറഞ്ഞ

ത് വിശ്വസിച്ചാണ് അദ്ദേഹം അങ്ങനെ ചെയ്തത്. ജോസഫിന്റെ കവിതാ വായനയോടും അച്ഛന് എതിർപ്പുണ്ടാവാൻ കാരണവും അതായിരുന്നു. എന്നാൽ ഇതൊന്നും ജോസഫിന്റെ സാഹിത്യ താല്പര്യത്തിന് തടസ്സമായില്ല. നിരന്തരം ആ വായന തുടർന്നു.

കേരളത്തിലെ ആദ്യ വിദ്യാഭ്യാസമന്ത്രിയും പ്രസിദ്ധ സാഹിത്യ വിമർശകനുമായിരുന്ന പ്രൊഫ. ജോസഫ് മുണ്ടശ്ശേരി എതിർപ്പുകളെ അവഗണിച്ചാണ് വായനയുടെ ലോകത്തെത്തിയത്. കോളേജ് വിദ്യാഭ്യാസ കാലത്ത് ഹോസ്റ്റലിൽ ഒപ്പം താമസിച്ചവരിലൊരാൾ കോളേജ് ലൈബ്രേറിയനായിരുന്നു. അതുകൊണ്ട് പുസ്തകം തരപ്പെടുത്താൻ മുട്ടുണ്ടായില്ല. ലൈബ്രേറിയൻ എ പി ജോൺ അദ്ദേഹത്തെ സഹായിച്ചു. ഇംഗ്ലണ്ടിൽനിന്ന് തപാലിൽ വരുന്ന ആനുകാലികങ്ങൾ ആദ്യം കിട്ടിയിരുന്നത് മുണ്ടശ്ശേരിയുടെ കൈയിലാണ്. അവയെല്ലാം ചൂടോടെ വായിക്കാനായി. യുദ്ധകാലത്തെ പത്രവായനയാണ് ഭാഷയിലും സാഹിത്യത്തിലും താല്പര്യമുണ്ടാക്കിയത്. *കവന കൗമുദി*, *ആത്മപോഷണി*, *മംഗളോദയം*, *ഭാഷാപോഷിണി* തുടങ്ങിയവയെല്ലാം തേടിപ്പിടിച്ചു വായിച്ചു. അന്നത്തെ പേരും പെരുമയുമുള്ള എല്ലാ എഴുത്തുകാരുടെയും രചനകൾ വായിച്ചു.

വായനയുടെ രസതന്ത്രം

രാമായണം മുഴുവൻ വായിക്കുന്നതു കേട്ടുകൊണ്ടിരുന്ന ആളോട് സീത രാമന്റെ ആരാണ് എന്നുചോദിച്ചപ്പോൾ 'മകൾ' എന്ന് ഉത്തരം പറഞ്ഞതായി ഒരു കഥ നിങ്ങൾ കേട്ടിട്ടില്ലേ. ഇവിടെ എന്താണു സംഭവിച്ചത്. കേൾവിക്കാരൻ ശ്രദ്ധിച്ചില്ല, അയാളുടെ മനസ്സ് മറ്റെവിടെയോ ആയിരുന്നു എന്നൊക്കെയാവും നിങ്ങൾ പറയാൻ പോകുന്നത്. നിങ്ങളുടെ ഉത്തരം ശരിതന്നെ.

പക്ഷേ.....

എന്താണൊരു പക്ഷേ, പറയാം. ശ്രോതാവ് ശ്രദ്ധിക്കാതിരുന്നതിൽ വായനക്കാരനെയും നമുക്കു കുറ്റപ്പെടുത്തേണ്ടിവരും. കേൾവിക്കാരന്റെ ശ്രദ്ധ പിടിച്ചുപറ്റുന്ന വിധത്തിൽ വായിക്കുമ്പോഴാണ് വായന നന്നായി എന്നു പറയാൻ കഴിയുക. അപ്പോൾ കേൾവിക്കാരുടേതല്ല പ്രശ്നം. നല്ല കേൾവിക്കാരനാകുന്നതും പ്രധാനം തന്നെ. 'അരിയെത്ര' എന്നാരെങ്കിലും ചോദിച്ചാൽ' പയറഞ്ഞാഴി' എന്ന ഉത്തരം നല്കിയാൽ പോരല്ലോ. നല്ല വായനയാണ് ഇന്നത്തെ നമ്മുടെ ചിന്താവിഷയം.

ഭാഷാപഠനത്തിലൂടെ നമ്മൾ നേടേണ്ട അതിപ്രധാനമായ ഒരു ശേഷിമേഖലയാണ് വായനയുമായി ബന്ധപ്പെട്ടത്. ആദ്യം ഉച്ചത്തിലുള്ള വായനയെക്കുറിച്ചാലോചിക്കാം. ആരെങ്കിലും കേൾക്കാനുള്ളപ്പോഴാണ് ഉറക്കെ വായിക്കുന്നത്.

ചിലപ്പോഴൊക്കെ ആകർഷകമായ ഗദ്യപദ്യങ്ങൾ സ്വയം കേട്ടാനന്ദിക്കാനും ഉച്ചത്തിൽ വായിക്കാറുണ്ടെന്ന കാര്യം വിസ്മരിക്കുന്നില്ല.

ഉച്ചത്തിൽ വായിക്കുമ്പോൾ എന്തൊക്കെ കാര്യങ്ങളാണ് നിങ്ങൾ ശ്രദ്ധിക്കാറുള്ളത്. ഉച്ചാരണസ്ഫുടത എന്ന ഉത്തരമാണ് മിക്കവാറും പറയാനിടയുള്ളത്. കാര്യം ശരിയുമാണ്.

പക്ഷേ, സ്ഫുടതയെന്നതിന് ചില വിശദീകരണങ്ങൾ വേണ്ടിവരും. വാർത്ത വായിക്കുന്നതും കഥ വായിക്കുന്നതും ഒരു പോലെയാണോ. കഥയും കത്തും ഒരേ രീതിയിൽ വായിക്കുന്നതാണോ നന്നാവുക.

വായിക്കുന്നത് സംഭാഷണമാകുമ്പോൾ കഥയിൽനിന്നും കവിതയിൽനിന്നും വ്യത്യാസമുണ്ടാകേണ്ടതില്ലേ. അപ്പോൾ വായനയ്ക്കുള്ള സാമഗ്രി എന്താണോ അതിനനുസരിച്ചാവണം വായന.

കത്തും കഥയും നാടകവുമൊക്കെ വായിക്കുമ്പോൾ നിർവ്വികാരമായി വായിക്കുകയല്ല. ഭാവം ഉൾക്കൊണ്ടുള്ള വായനയാണുവേണ്ടത്. ആവശ്യാനുസരണം ശബ്ദം നിയന്ത്രിച്ച് ശ്രോതാവിന് വായന സാമഗ്രിയുടെ സമഗ്രാനുഭവം കിട്ടത്തക്കവിധത്തിൽ വായിക്കണം. പക്ഷേ, വായന അഭിനയമോ നാടകമോ ഒന്നുമായിത്തീരേണ്ടതില്ലതാനും.

വായനയുടെ കാര്യത്തിൽ ആദ്യം പരിഗണിക്കേണ്ട കാര്യമാണ് നിർത്തേണ്ടിടത്തു നിർത്തിയുള്ള വായന. നിർത്തേണ്ടിടത്ത് എന്നു കേട്ടാൽ എന്തു മനസ്സിലാക്കും.എഴുതിയതോ അച്ചടിച്ചതോ ആയ വായന സാമഗ്രിയിലെ ചിഹ്നങ്ങളാണ് പരിഗണിക്കേണ്ട ഒരു കാര്യം.

കോമ അല്പം നിർത്താനുള്ളതാണ്, പൂർണ്ണവിരാമം, ചോദ്യം, അതിശയസൂചന എല്ലാം വായിക്കുമ്പോൾ പരിഗണിക്കണം. ഇതു കൂടാതെ വലിയ വാക്യങ്ങളിൽ രണ്ടോ മൂന്നോ ചെറുയൂണിറ്റുകളായി ആശയ പൂർണ്ണത പരിഗണിച്ച്-നിർത്തിവായിക്കേണ്ടിവരും. ഒരു ഉദാഹരണം നോക്കൂ.

“അക്കാലത്ത് സ്പീഷീസുകളുടെ രൂപാന്തരണം എന്ന ആശയം ഡാർവിന്റെ മനസ്സിലുണ്ടായിരുന്നില്ല”.

അക്കാലത്ത് സ്പീഷീസുകളുടെ രൂപാന്തരണം ഡാർവിന്റെ മനസ്സിലുണ്ടായിരുന്നില്ല എന്നിങ്ങനെയല്ലേ നമ്മൾ വായിക്കുക.

വായനയിലെ മറ്റൊരു ശ്രദ്ധേയമായ ഗുണം ആവശ്യമായ ഉച്ചത പാലിക്കാൻ കഴിയുക എന്നതാണ്. ശ്രോതാക്കളുടെ എണ്ണം വായിക്കുന്ന സാഹചര്യം ഇവ പരിഗണിച്ചാണ് ഉച്ചത നിർണ്ണയിക്കുന്നത്. ഒന്നോ രണ്ടോ പേർക്കു കേൾക്കാൻ വേണ്ട ശബ്ദവും കുറേപ്പേർക്ക് കേൾക്കാനുള്ള ശബ്ദവും വ്യത്യസ്തമാണല്ലോ.

പലതരം വായന

പലതരം വായനാരീതികൾ കൂട്ടുകാർ പരിചയപ്പെടേണ്ടതുണ്ട്. ചിന്തിക്കാനും പ്രതികരിക്കാനും ആസ്വദിക്കാനുമെല്ലാം വായന വഴിയൊരുക്കുന്നു.

കഥ, കവിത, നാടകം തുടങ്ങിയവ പലപ്പോഴും വായിച്ച് ആസ്വദിക്കാനുള്ളതാണ്. യുക്തിയേക്കാൾ ഭാവനയ്ക്കാണ് ഇവിടെ പ്രാധാന്യം. എന്നാൽ ശാസ്ത്ര-ഗണിതശാസ്ത്ര വിഷയങ്ങളിലെ വായന, യുക്തി ആവശ്യപ്പെടുന്നു. സാഹിത്യകൃതികൾ സർഗ്ഗാത്മകവായനയ്ക്ക് അവസരമൊരുക്കുന്നു. വായന ചിലപ്പോഴൊക്കെ വിമർശനാത്മകമാവും. ഉയർന്നതലത്തിലുള്ള വായനയാണിത്. വായനാസാമഗ്രിയോടു പല ചോദ്യങ്ങൾ സ്വയംചോദിച്ചുകൊണ്ടാണ് ഇവിടെ വായന മുന്നേറുന്നത്.

'പൂച്ചയ്ക്ക് ആരു മണികെട്ടും?' എന്ന കഥ നമുക്കു സുപരിചിതമാണല്ലോ. ഈ കഥ വിമർശനാത്മക വായനയ്ക്കെടുക്കുമ്പോൾ ചില ചോദ്യങ്ങൾ നാം സ്വയം ചോദിക്കേണ്ടതുണ്ട്. ഈ കഥയുടെ ആഖ്യാതാവാരാണ്? അതായത് കഥ പറയുന്നത് എലിയോ പൂച്ചയോ? ഉത്തരം എലി എന്നായിരിക്കുമല്ലോ.

എന്നാൽ ഇവിടെ പൂച്ചയാണ് ആഖ്യാതാവെങ്കിൽ കഥ മറിച്ചാവുമായിരുന്നു. ഓരോ പക്ഷത്തുനിന്ന് വിമർശനാത്മകമായി വായിക്കുമ്പോഴും കഥയുടെ ഉള്ളറകളിലേക്കു വ്യത്യസ്ത ഭാവത്തോടെ വായനക്കാരൻ ആഴ്ന്നിറങ്ങുന്നു.

ആമയും മുയലും പന്തയംവച്ച കഥയും ഇതുപോലെ വിമർശനാത്മകമായി പരിശോധിക്കാം.

ആദ്യമുയരുന്ന ചോദ്യം ആമ എന്തിന് മുയലുമായി പന്തയം വച്ചു എന്നതാണ്. തുല്യർ തമ്മിലാണ് മത്സരിക്കേണ്ടത്. മുയൽ ഉറങ്ങിയാൽ മാത്രം ജയിക്കാൻ കഴിയുന്ന ജീവിയല്ലേ ആമ. അവന്റെ ജയത്തിനുപിന്നിൽ മറ്റെന്തെങ്കിലുമുണ്ടോ?

ഇത്തരത്തിൽ പാഠസന്ദർഭങ്ങളെ വിശകലനം ചെയ്യുന്നതു വിമർശനാത്മക വായനാരീതിക്ക് ഉദാഹരണം. മുമ്പുവായിച്ച ഒരു കൃതിയെ സമകാലിക പശ്ചാത്തലത്തിൽ വീണ്ടും വായിക്കുന്നതാണ് പുനർ വായന. *ഇന്ദുലേഖ*, *രണ്ടിടങ്ങഴി* തുടങ്ങിയ നോവലുകൾ ഇത്തരത്തിൽ വീണ്ടും വായിക്കുമ്പോൾ അതു പുനർവായനയ്ക്ക് ഉദാഹരണങ്ങളാണ്.

വായനമൂല

കുട്ടികൾക്ക് സ്കൂൾ ഒഴിവുസമയത്ത് വായിക്കാനും ചർച്ചചെയ്യാനും അവസരമൊരുക്കുന്നതാണ് വായനമൂല. ദിനപത്രങ്ങൾ, വാരികകൾ, മാസികകൾ, വാർത്താപത്രികകൾ തുടങ്ങിയ ആനുകാലിക പ്രസിദ്ധീകരണങ്ങൾ വായനമൂലയിൽ സമാഹരിക്കുന്നു.

കുട്ടികൾ വീട്ടിൽനിന്നു വായന കഴിഞ്ഞ ആനുകാലികങ്ങൾ വായനമൂലയിൽ എത്തിക്കുന്നതോടെ ഇവ സമ്പന്നമാവുന്നു.

മൗന വായനയിലെ മികവ്

നമ്മുടെ ജീവിതത്തിൽ ഏറിയതും മൗനമായി വായിക്കുകയല്ലേ ചെയ്യുന്നത്. നമുക്കു പരിചയമുള്ള എഴുത്തുകാരും നിരൂപകന്മാരും രാഷ്ട്രീയ നേതാക്കളുമൊക്കെ നിരവധി പുസ്തകങ്ങളും പത്രങ്ങളും ആനുകാലികങ്ങളും വായിക്കുന്നു. എങ്ങനെയാണിതു സാധിക്കുന്നത്.

വേഗത്തിൽ വായിക്കാൻ കഴിയുകയാണു പ്രധാനം. ഒറ്റ നോട്ടത്തിൽ കൂടുതൽ കാണാൻ കഴിയണം. നിങ്ങൾതന്നെ ചെറിയ ക്ലാസിൽ ഓരോ വാക്കും ഒറ്റയ്ക്കു കണ്ടുവായിച്ചിരുന്നവരാണ്. ഇപ്പോഴോ ഒരു വരിയോ വാക്യമോ പെട്ടെന്നു കണ്ണിൽപെടുന്നില്ലേ.

പരിശ്രമിച്ചാൽ ഇതിന്റെ വേഗം വർദ്ധിപ്പിക്കാം. കൂട്ടുകാരുമായിചേർന്നോ വീട്ടിലുള്ള മുതിർന്നവരുടെ സഹായത്തോടെയോ ചില പ്രവർത്തനങ്ങൾ ചെയ്തുനോക്കൂ. ഒരു പേജിലെ അച്ചടി ശരിയായ ആശയ ഗ്രഹണത്തോടെ വായിക്കാൻ ഇപ്പോൾ എത്ര സമയം വേണമെന്ന് കണ്ടെത്തുക. അതിനേക്കാൾ സമയം കുറച്ചുകൊണ്ടുവരാനാണ് പരിശ്രമിക്കേണ്ടത്.

ആശയഗ്രഹണം നടന്നോ എന്നറിയാൻ ചോദ്യങ്ങൾ ചോദിക്കണം. സുഹൃത്തുക്കൾ അന്യോന്യം സഹായിക്കാൻ തീരുമാനിച്ചാൽ സംഗതി അനായാസം നടക്കും. ടീച്ചർമാരോട് നിങ്ങളുടെ ആഗ്രഹം പറഞ്ഞുനോക്കൂ. അവരും സഹായിക്കാതിരിക്കില്ല.

വായിക്കുമ്പോൾ ശ്രദ്ധ അതിൽ ഉറപ്പിച്ചു നിർത്തുകയാണ് വേറൊരുകാര്യം. ഒരു ഭാഗം വായിച്ചുകഴിഞ്ഞാൽ ഒരു തിരിഞ്ഞുനോട്ടം- മനസ്സിൽ എന്തവശേഷിക്കുന്നുവെന്ന്- നടത്തിയാൽ വളരെ പ്രയോജനകരമാകും. ശ്രദ്ധയോടെയാണു വായിച്ചതെങ്കിൽ വായിച്ച പുസ്തകത്തിലെ കഥയിലെ പ്രധാനാശയങ്ങൾ മനസ്സിൽ തങ്ങിനില്ക്കുന്നുണ്ടാവും.

വായിച്ചതിനെ വ്യാഖ്യാനിക്കാനും പറയാതെ പറഞ്ഞകാര്യങ്ങൾ കണ്ടെത്താനും കഴിയുന്നത് വളരെ പ്രധാനം തന്നെ. അതാണ് പലരും വരികൾക്കിടയിൽക്കൂടി വായിക്കുകയെന്നും വരികൾക്കപ്പുറത്തേക്കു വായിക്കുകയെന്നുമൊക്കെപ്പറയുന്നത്. അതാണ് ശരിയായ ആസ്വാദനം.

പുസ്തകങ്ങളുടെ വീട്

അറിവിന്റെ ആയുധപ്പുരകളാണ് ഗ്രന്ഥാലയങ്ങൾ. പുത്തനറിവുകളുടെ അക്ഷയഖനികളായ എത്രയെത്ര പുസ്തകങ്ങളാണ് ഓരോ ഗ്രന്ഥാലയത്തിലുമുള്ളത്! വായനയ്ക്കും അറിവ് ശേഖരണത്തിനുംവേണ്ടി പുസ്തകങ്ങൾ ശേഖരിച്ചുവയ്ക്കുന്ന സ്ഥാപനമാണ് ഗ്രന്ഥാലയം. അയ്യായിരത്തോളം വർഷം മുമ്പാണ് ഗ്രന്ഥശാലകളുടെ ചരിത്രം തുടങ്ങുന്നത്. എന്നാൽ, ഇന്നത്തെ രീതിയിലുള്ള ഗ്രന്ഥശാലകളുടെ ആരംഭം പതിനഞ്ചാം നൂറ്റാണ്ടിൽ ഗുട്ടൻബർഗ് അച്ചടിയന്ത്രം കണ്ടുപിടിച്ചതിനുശേഷമാണ്. ഇന്ന് ലോകത്തെല്ലായിടത്തും ഗ്രന്ഥശാലകളുണ്ട്. എ ഡി 105 ൽ ചൈനയിൽ കടലാസ് നിർമ്മിക്കുകയും പതിനഞ്ചാം നൂറ്റാണ്ടിൽ യൂറോപ്പിൽ അച്ചടി കണ്ടുപിടിക്കുകയും ചെയ്തതോടെ (ജോൺ ഗുട്ടൻബർഗ്) മറ്റെല്ലാ മാധ്യമങ്ങളെയും പിന്തള്ളി കടലാസ് വ്യാപകമായി. മദ്ധ്യകാലഘട്ടത്തിന്റെ അവസാനത്തോടെ യൂറോപ്പിൽ സർവ്വകലാശാലകളുടെ സ്ഥാപനവും നവോത്ഥാനവും വിജ്ഞാന നവോദയവും മറ്റും അറിവ് ആർജ്ജിക്കാനുള്ള താല്പര്യം ജനങ്ങളിൽ വളർത്തി.

ഏറ്റവും നിശ്ശബ്ദവും എന്നാൽ ഏറ്റവും ശക്തവുമായ വിപ്ലവങ്ങൾക്ക് പ്രേരകമായിട്ടുള്ള പുസ്തകങ്ങൾ നിരവധിയാണ്. കാൾ മാർക്സിന്റെ *മൂലധനം*, ഡാർവിന്റെ *ഒറിജിൻ ഓഫ് സ്പീ*

ഷീസ്, ഫ്രോയ്ഡിന്റെ *സ്വപ്നങ്ങളുടെ വ്യാഖ്യാനം* തുടങ്ങി അനേകം ഗ്രന്ഥങ്ങൾ മാനവരാശിയുടെ അറിവിന്റെ മണ്ഡലങ്ങളെ കീഴ്മേൽ മറിച്ചു. പുസ്തകങ്ങളുടെ വർദ്ധിച്ചുവരുന്ന പ്രസക്തിയെയാണ് ഇത് കാണിക്കുന്നത്.

പുസ്തകങ്ങളുണ്ടായാൽ മാത്രം പോര. അവ ക്രമമായും അടുക്കും ചിട്ടയോടുംകൂടി ഉപയോഗപ്പെടുത്താനാവണം. അതിനാണ് ഗ്രന്ഥാലയങ്ങൾ. അടുത്ത കാലത്തായി വിദ്യാലയങ്ങളിൽ വായനയ്ക്കും പുസ്തകങ്ങൾക്കും നല്ല പ്രാധാന്യം കൈവന്നിട്ടുണ്ട്. എന്നാലും ചുരുക്കം ചില സ്കൂളുകളിലെങ്കിലും പൊടിപിടിച്ച്, ആൾപ്പെരുമാറ്റമില്ലാത്ത മൂലയായി സ്കൂൾ ലൈബ്രറികൾ ഉറങ്ങിക്കിടക്കുകയാണ്. എങ്ങനെ ലൈബ്രറിയെ സജീവമാക്കി, വിദ്യാലയത്തിന്റെ വെളിച്ചമാക്കാം?

ലൈബ്രറികൾ അന്ന്

പുസ്തകങ്ങളുടെ ശേഖരണത്തിനു വേണ്ടിയുള്ള 'സ്റ്റോർ ഹൗസ്' മാത്രവും ലൈബ്രേറിയൻ അവയുടെ സൂക്ഷിപ്പുകാരൻ മാത്രവുമായിരുന്നു. ആവശ്യക്കാരൻ ഗ്രന്ഥശാലകളെ തേടിയെത്തണമായിരുന്നു.

'ഓക്സ്ഫോഡ് ഇംഗ്ലീഷ് ഡിക്ഷണറി' പ്രകാരം 1374 ൽ തന്നെ ലൈബ്രറിയെന്നത് നിർവ്വചിച്ചിരുന്നു.- "The term 'Library' was employed in English to refer to a place where books were kept for "Reading, study, or reference."

കളിമൺ ഫലകങ്ങൾ മുതൽ ഡിജിറ്റൽയുഗം വരെ

ഏതാണ്ട് 6000 വർഷങ്ങൾക്കുമുമ്പ് മനുഷ്യൻ തങ്ങളുടെ ചിന്തകളും ആശയങ്ങളും രേഖപ്പെടുത്താൻ തുടങ്ങിയിരുന്നു. കളിമണ്ണ്, പാപ്പിറസ്, തോൽ, മരം, സിൽക്ക്, ലോഹങ്ങൾ തുടങ്ങി വിവിധ മാധ്യമങ്ങളിൽ ആലേഖനം ചെയ്യപ്പെട്ട വിവരങ്ങൾ വരും തലമുറയ്ക്കായി സംരക്ഷിക്കാനുള്ള ശ്രമം വായനശാല രൂപവല്ക്കരണത്തിനുള്ള വഴിമരുന്നായി മാറി. നദീതട സംസ്കാരങ്ങളുടെ കാലഘട്ടത്തിൽതുടങ്ങി ഇന്നത്തെ ഡിജിറ്റൽ ലൈബ്രറിവരെയുള്ള ഗ്രന്ഥശാല ചരിത്രകാലങ്ങളിൽ രൂപം

കൊണ്ട വിഭവ സംഭരണ മാധ്യമങ്ങളിലേക്ക് യാത്ര പോകുന്നത് കൂട്ടുകാരുടെ വിജ്ഞാനശേഖരത്തിന് മുതൽകൂട്ടും.

ഗ്രീസിലെ പാരമ്പര്യം

ഏതൻസ് ഭരിച്ചിരുന്ന സിസ്ട്രാറ്റസ് എന്ന രാജാവാണ് ബി സി 500 ൽ ആദ്യമായി ഗവൺമെന്റ് ഉടമസ്ഥതയിൽ ഒരു പൊതു ലൈബ്രറി സ്ഥാപിച്ചത്. അരിസ്റ്റോട്ടിൽ ലീബിയം നഗരത്തിൽ സ്ഥാപിച്ച ഗ്രന്ഥശാല വൈജ്ഞാനിക ഗ്രന്ഥങ്ങളുടെ കലവറയായിരുന്നു.

റോമിലെ ഗ്രന്ഥാലയങ്ങൾ

പൊതുഗ്രന്ഥശാലകൾ റോമാസാമ്രാജ്യത്തിൽ കൂടുതൽ വ്യാപകമായിരുന്നു. ബി സി 37 ൽ സ്ഥാപിച്ച ഒക്ടോബിയൻ ലൈബ്രറി റോമിലെ ആദ്യ പബ്ലിക് ലൈബ്രറിയാണ്. എ ഡി 1750 ൽ പ്രാചീന നഗരമായിരുന്ന ഹെർക്കുലേനിയത്തിൽനിന്ന് കണ്ടെടുത്ത 1800 പാപ്പിറസ് ഗ്രന്ഥങ്ങൾ നേപ്പിൾസിലെ നാഷണൽ മ്യൂസിയത്തിലുണ്ട്.

കളിമൺ ലൈബ്രറികൾ

മെസപ്പൊട്ടോമിയ നാഗരികതയുടെ ഭാഗമായി കണ്ടെത്തിയിട്ടുള്ള കളിമൺ ഫലകങ്ങൾ കൊണ്ടുള്ള ലൈബ്രറിയാണ് ഏറ്റവും പഴയത്. നനവുള്ള കളിമൺ ഫലകങ്ങളിൽ വിവരങ്ങൾ രേഖപ്പെടുത്തിയശേഷം അവ ഉണക്കി ചുട്ടെടുക്കുകയാണ് ചെയ്തിരുന്നത്. ബി സി 4000 ൽ നിലനിന്നിരുന്ന സുമർ വംശജരാണ് ക്യൂണിഫോം ലിപികളിൽ രേഖപ്പെടുത്തിയ ഇത്തരം ഗ്രന്ഥങ്ങൾ സൂക്ഷിക്കാൻ ശാലകൾ സ്ഥാപിച്ചിരുന്നത്. സുമേറിയൻ നഗരമായിരുന്ന നിപൂർ, അസീറിയൻ തലസ്ഥാനമായ നിനവെ തുടങ്ങിയ ഭാഗങ്ങളിൽനിന്ന് ആയിരക്കണക്കിന് കളിമൺ ഫലകങ്ങൾ കണ്ടെത്തിയിട്ടുണ്ട്.

പാപ്പിറസ് ലൈബ്രറികൾ

പ്രാചീന ഈജിപ്ഷ്യൻ പാപ്പിസെ ചെടിയുടെ തണ്ട് ചതച്ച്

പേപ്പറിന് സമാന രൂപത്തിലാക്കിയാണ് ഏഴുതാനുപയോഗിച്ചിരുന്നത്. ബി സി 1300 ൽ ഈജിപ്തിലെ അമർനയിലും ബി സി 1200 തെബ്സിലും നിലനിന്നിരുന്ന പാപ്പിറസ് ഗ്രന്ഥശാലകൾ പ്രസിദ്ധങ്ങളാണ്.

തോൽക്കടലാസ് ലൈബ്രറികൾ

ചാവുകടലിനു സമീപമുള്ള ഗുഹകളിൽനിന്നും മറ്റും കണ്ടെത്തിയ തുകൽ ചുരുളുകളിലുള്ള കൈയെഴുത്തുപ്രതികൾ ചാവുകൽ ചുരുളുകൾ എന്നറിയപ്പെട്ടു. *ബൈബിളി*ന്റെ ഏറ്റവും പഴക്കമേറിയ കൃതി ഇവിടെനിന്ന് ലഭിച്ചതാണ്. ഇന്നത്തെ തുർക്കിയിലുള്ള പെർഗാമ എന്ന സ്ഥലത്തെ ലൈബ്രറിയിൽ തോൽക്കടലാസ് ആണ് ആലേഖന മാധ്യമമായി ഉപയോഗിച്ചിരുന്നത്. പിന്നീട് തോൽക്കടലാസ് മറ്റു മാധ്യമങ്ങളെ പിന്തള്ളി യൂറോപ്പിലും വ്യാപകമായി.

മൊണാസ്റ്ററി ലൈബ്രറി

മദ്ധ്യകാലഘട്ടത്തിൽ മതപ്രചരണാർത്ഥം മൊണാസ്റ്ററികൾ വ്യാപകമായതോടെ ധാരാളം ഗ്രന്ഥങ്ങളും ഉയർന്നുവന്നു. തോൽക്കടലാസുകൾകൊണ്ടുള്ള ഗ്രന്ഥങ്ങൾ ബൈൻഡ് ചെയ്ത് പുസ്തകരൂപത്തിൽ അടുക്കിവച്ചിരുന്നു. ഇത്തരത്തിലുള്ള വിവര സാങ്കേതിക മാർഗ്ഗങ്ങൾ കൂടാതെ താളിയോലകൾ, ചെമ്പ്, പിച്ചള, തുണി തുടങ്ങിയവയും ലേഖന മാധ്യമങ്ങളായി ഉപയോഗിച്ചിരുന്നു.

ആധുനിക ലൈബ്രറികളുടെ ചരിത്രം

1602 ൽ ഓക്സ്ഫോർഡിൽ ആദ്യ ഗവേഷണ ലൈബ്രറിയായ ബോഡ്‌ലിയൻ ലൈബ്രറി സ്ഥാപിതമായി. ശാസ്ത്ര സാങ്കേതിക രംഗത്തെ വളർച്ചയും വ്യാവസായിക വിപ്ലവവും പത്തൊമ്പതാം ശതകത്തിൽ പൊതുവായനശാലകളും സർവ്വകലാശാല ഗ്രന്ഥാലയങ്ങളും ദേശീയ ഗ്രന്ഥാലയങ്ങളും സ്ഥാപിക്കുന്നതിലേക്ക് നയിച്ചു.

ലെൻഡിങ് റഫറൻസ് ലൈബ്രറികൾ

സാധാരണ ഗ്രന്ഥശാലകൾ വായനക്കാർക്ക് പുസ്തകം വീട്ടിൽ കൊണ്ടുപോയി വായിക്കാൻ സൗകര്യം നല്കുന്നു. നിശ്ചിത സംഖ്യ നിക്ഷേപവും വരിസംഖ്യയും കൊടുക്കുന്നൊരാൾക്ക് നിശ്ചിത എണ്ണം പുസ്തകങ്ങൾ കിട്ടും. വായിച്ചശേഷം കാലാവധിക്കുള്ളിൽ തിരിച്ചു നല്കിയാൽ മതി. എന്നാൽ, റഫറൻസ് ഗ്രന്ഥങ്ങൾ ഗ്രന്ഥശാലയിൽ ഇരുന്നുതന്നെ വായിക്കണം. ഗവേഷണ ലൈബ്രറികൾ റഫറൻസ് ലൈബ്രറികളാണ്.

സാങ്കേതിക രംഗത്തുണ്ടായ കുതിപ്പ്

ഇരുപതാം നൂറ്റാണ്ടോടെ ഗ്രന്ഥശാലാരംഗത്ത് പുതിയ സാങ്കേതിക വിദ്യകൾ പ്രചാരണത്തിൽ വന്നു. ലഘുമാന മാധ്യമങ്ങൾ വിവരസാങ്കേതികത്വത്തിനായി പ്രയോജനപ്പെടുത്താനും തുടങ്ങി. മൈക്രോഫിക്, മൈക്രോഫിലിം തുടങ്ങിയ ലഘുമാന മാധ്യമങ്ങൾ വിവര സാങ്കേതികത്വത്തിലെ സ്ഥല പരിമിതിയെ മറികടക്കുന്നതിന് സഹായിച്ചു. ലൈബ്രറികളുടെ കമ്പ്യൂട്ടർ വല്ക്കരണം ആവശ്യമായ വിവരങ്ങൾ വേഗത്തിൽ ലഭിക്കാൻ വായനക്കാരെ പ്രാപ്തരാക്കി.

ഡിജിറ്റൽ മുന്നേറ്റം

വെർചൽ ലൈബ്രറി, ഓൺലൈൻ ലൈബ്രറി, ഇലക്ട്രോണിക്സ് ലൈബ്രറി എന്നെല്ലാം അറിയപ്പെടുന്ന ഡിജിറ്റൽ ലൈബ്രറിയുടെ ആവിർഭാവം ലൈബ്രറി സങ്കല്പങ്ങളെയെല്ലാം മാറ്റിമറിച്ചു. സംഭവിച്ച വിവരങ്ങൾ ഡിജിറ്റൽ രൂപത്തിൽ കമ്പ്യൂട്ടർ വഴി ഉപയോക്താക്കൾക്കും ലഭ്യമാകുന്ന ഇൻഫർമേഷൻ സംവിധാനമാണിത്. ഇന്ത്യയിലെ ആദ്യ ഡിജിറ്റൽ ലൈബ്രറി ബംഗളൂരിൽ ഇന്ത്യൻ ഇൻസ്റ്റിറ്റ്യൂട്ട് ഓഫ് സയൻസാണ് സ്ഥാപിച്ചത്.

മേന്മകൾ: ഏത് സമയത്തും ഉപയോഗിക്കാം. എവിടെയും ഇന്റർനെറ്റ് സംവിധാനമുള്ള കമ്പ്യൂട്ടറിന്റെ സഹായത്താൽ വിവരങ്ങൾ അറിയാം. സ്ഥലസൗകര്യം പ്രശ്നമല്ല. ആവശ്യമായ വിവരങ്ങൾ വളരെ വേഗം കണ്ടെത്താം തുടങ്ങി നിരവധി ഗു

ണങ്ങൾ ഡിജിറ്റൽ ലൈബ്രറികൾക്കുണ്ട്. ലൈബ്രറി പ്രസ്ഥാനത്തെക്കുറിച്ചും വായനയുടെ സീമാതീതമായ വലിയ ലോകത്തെക്കുറിച്ചും കൂട്ടുകാർ കൂടുതൽ കാര്യങ്ങൾ അന്വേഷിച്ചു കണ്ടെത്തി അറിവിന്റെ പുതിയ മേച്ചിൽപ്പുറങ്ങൾ തേടൂ.....

ലൈബ്രറികൾ ഇന്ന്

ജനങ്ങളുടെ വികാസവും ഒപ്പം സാംസ്കാരിക വികാസവും ലക്ഷ്യമിടുന്ന ആധുനിക സാംസ്കാരിക കേന്ദ്രങ്ങളുടെ സ്ഥാനമാണ് ഇന്ന് ഗ്രന്ഥശാലകൾക്കുള്ളത്. ആസൂത്രിതമായി ശേഖരിച്ചിട്ടുള്ള പുസ്തകങ്ങളും ആനുകാലികങ്ങളും കേൾക്കാനും കാണാനും കഴിയുന്ന എല്ലാ വസ്തുക്കളും അവ ആവശ്യക്കാരന് നല്കാൻ സേവനതല്പരരായ ജീവനക്കാരും ചേർന്നൊരുക്കുന്ന ദൃശ്യ-ശ്രാവ്യ-പ്രസിദ്ധീകൃത വസ്തുക്കളുടെ കലവറയാണിന്ന് ലൈബ്രറി. വായനക്കാരന്റെ വിജ്ഞാന, ഗവേഷണ, വിദ്യാഭ്യാസ, മാനസികോല്ലാസ ആവശ്യകതകളെ നിറവേറ്റുന്ന പ്രസ്ഥാനമാണ് ഗ്രന്ഥശാല.

ലൈബ്രറികളിൽ എന്തെല്ലാം

പുസ്തകങ്ങൾ, ആനുകാലികങ്ങൾ, കൈയെഴുത്തുപ്രതികളും മാത്രമല്ല, സ്ലൈഡുകളും, മാപ്പുകൾ, മോഡലുകൾ, ഓഡിയോ കാസറ്റുകൾ, വീഡിയോ കാസറ്റുകൾ, ഓഡിയോ സി ഡികൾ, വീഡിയോ സിഡികൾ, ടേപ്പ് റിക്കാർഡുകൾ, കംപ്യൂട്ടറുകൾ, ഇന്റർനെറ്റ് സൗകര്യം, മനുഷ്യനിർമ്മിത വസ്തുക്കൾ (artifacts), പ്രകൃതിദത്ത വസ്തുക്കൾ (realia) എന്നിവയെല്ലാം ആധുനിക ഗ്രന്ഥശാലകളുടെ ഭാഗമാണ്. ഇവയെല്ലാം ചേർത്ത് ഡോക്യുമെന്റ്സ് എന്നുപറയാം.

ലൈബ്രറികൾ എത്രവിധത്തിൽ

ഗ്രന്ഥശാലകളെ പ്രധാനമായും നാലായി തിരിക്കാം.

1. നാഷണൽ ലൈബ്രറി (National Library).
2. അക്കാഡമീയ ലൈബ്രറി (Academic Library) സ്കൂൾ, കോളേജ്, യൂണിവേഴ്സിറ്റികൾ

3. പബ്ലിക് ലൈബ്രറികൾ (Public Library)
4. സ്പെഷ്യൽ ലൈബ്രറികൾ (Special Library)

സ്പെഷ്യൽ ലൈബ്രറി

മാതൃസ്ഥാപനങ്ങളുടെ 'Information needs' ലഭ്യമാക്കാൻ ലക്ഷ്യമിട്ടുള്ളവയാണ് സ്പെഷ്യൽ ലൈബ്രറികൾ. ഉദാഹരണത്തിന് ഫാക്ടറികൾ, മെഡിക്കൽ കോളേജുകൾ, എഞ്ചിനീയറിങ്, ലോ കോളേജുകൾ, ആശുപത്രികൾ എന്നിവിടങ്ങളിൽ സ്ഥാപിച്ചിട്ടുള്ള ലൈബ്രറികൾ മിക്കവയും സ്പെഷ്യൽ ലൈബ്രറികൾ ആയിരിക്കും.

അക്കാഡമീയ ലൈബ്രറി

സ്കൂൾ, കോളേജ്, യൂണിവേഴ്സിറ്റി എന്നിവയിൽ നിലനില്ക്കുന്ന ലൈബ്രറികളാണിവ.

പബ്ലിക് ലൈബ്രറി

പൊതുജനങ്ങൾക്കെല്ലാം പ്രാപ്യമായതും സർക്കാർ ധനസഹായം നേരിട്ടു ലഭിക്കുന്നതുമായ ഗ്രന്ഥശാലകളാണ് പബ്ലിക് ലൈബ്രറികൾ. നാമമാത്രമായ ഫീസ് മാത്രമേ പബ്ലിക് ലൈബ്രറികൾ സേവനത്തിനായി ഈടാക്കുന്നുള്ളൂ. നമ്മുടെ ഗ്രാമ-നഗരങ്ങളിലെല്ലാം പൊതുജനങ്ങൾക്കായി ധാരാളം പബ്ലിക് ലൈബ്രറികൾ നിലവിലുണ്ട്. സ്റ്റേറ്റ് ലൈബ്രറി കൗൺസിലിന്റെ നിയന്ത്രണത്തിലാണ് അവ പ്രവർത്തിക്കുന്നത്. ഗ്രാമീണ സർവ്വകലാശാലകൾ എന്ന നിലയിലേക്ക് ഗ്രന്ഥശാലകളെ വളർത്തുകയാണ് സ്റ്റേറ്റ് ലൈബ്രറി കൗൺസിലിന്റെ ലക്ഷ്യം.

നാഷണൽ ലൈബ്രറി

1891 ൽ കൽക്കട്ടയിൽ ആരംഭിച്ച ഇംപീരിയൽ ലൈബ്രറിയും 1835 ൽ ആരംഭിച്ച കൽക്കട്ട പബ്ലിക്ലൈബ്രറിയും 1902 ൽ കഴ്സൺപ്രഭുവിന്റെ ശ്രമഫലമായി ലയിക്കുകയുണ്ടായി. സ്വാതന്ത്ര്യാനന്തരം ഇംപീരിയൽ ലൈബ്രറിയുടെ പേര് നാഷണൽ ലൈബ്രറി എന്നാക്കി മാറ്റി. പാർലമെന്റ് പാസാക്കിയ നിയമപ്രകാ

രമായിരുന്നു അത്. സ്വതന്ത്ര ഇന്ത്യയിലെ ആദ്യത്തെ വിദ്യാഭ്യാസ മന്ത്രി മൗലാന അബ്ദുൾകലാം ആസാദും വി എസ് ഝാ എന്നിവരും നമ്മുടെ ദേശീയ ലൈബ്രറിക്ക് ദിശാബോധം നല്കിയ വ്യക്തികളായിരുന്നു.

ലൈബ്രറി നോട്ട്

ഓരോ വായനയ്ക്കുശേഷവും വായിച്ച പുസ്തകത്തെക്കുറിച്ചുള്ള ഹ്രസ്വമായ കുറിപ്പു തയ്യാറാക്കുന്നത് പിന്നീട് ഉപകരിക്കും. വായിച്ച കൃതി, ഗ്രന്ഥകർത്താവ്, പ്രമേയം, കഥാപാത്രങ്ങൾ, പുസ്തകത്തെക്കുറിച്ചുള്ള പൊതുവിലയിരുത്തൽ തുടങ്ങിയവ ഹ്രസ്വമായി സൂക്ഷിക്കണം. വായനയുടെ വളർച്ച സ്വയം ബോദ്ധ്യപ്പെടുന്നതിനും വായിച്ച കാര്യങ്ങൾ പിന്നീട് ഉപയോഗിക്കുന്നതിനും ലൈബ്രറി നോട്ട് സഹായിക്കും. വായനാക്കുറിപ്പ് നിങ്ങളോടൊപ്പം വളരുന്ന ഒരു പുസ്തകമായി മാറണം.

ക്ലാസ് ലൈബ്രറി

വായനമൂലയുടെ വികസിതരൂപമാണ് ക്ലാസ് ലൈബ്രറി. മുഴുവൻ കുട്ടികൾക്കും യഥാസമയം പുസ്തകം വിതരണം നടത്തുന്നതിനു സ്കൂൾ ലൈബ്രറിക്കു കഴിയാറില്ല. ഈ പരിമിതി മറികടക്കാനുള്ള ഉപാധിയാണ് ക്ലാസ് ലൈബ്രറി. പാഠസന്ദർഭങ്ങളുടെ ഫലപ്രദമായ ഉപയോഗത്തിനു ക്ലാസ് ലൈബ്രറി സഹായകമാവും. കുട്ടികളുടെ താല്പര്യം മനസ്സിലാക്കി യഥാസമയം പുസ്തകങ്ങൾ വിതരണം ചെയ്യുന്നതിനും ക്ലാസ് ലൈബ്രറിക്കു സാധിക്കുന്നു. ക്ലാസ്തലത്തിൽ നിന്നു കുട്ടികളെ തെരഞ്ഞെടുത്തു ക്ലാസ് ലൈബ്രേറിയന്മാരാക്കാവുന്നതാണ്. ക്ലാസ്റൂം പഠനപ്രവർത്തനങ്ങളുടെ ഭാഗമായി അധിക വിവരങ്ങൾ കണ്ടെത്തുന്നതിനും സംശയങ്ങൾ ദൂരീകരിക്കുന്നതിനും റഫറൻസ് സൗകര്യം പ്രയോജനപ്പെടുത്താം. ശബ്ദതാരാവലി, ഇംഗ്ലീഷ്-മലയാളം നിഘണ്ടു തുടങ്ങി വ്യത്യസ്ത നിഘണ്ടുക്കൾ ലൈബ്രറിയിൽ ലഭ്യമാണ്. നിഘണ്ടുവിൽനിന്നും വാക്കുകളുടെ അർത്ഥപ്രയോഗം, സമാനപദങ്ങൾ തുടങ്ങിയ വിവരങ്ങൾ ലഭിക്കുന്നു. അക്ഷരമാലാക്രമത്തിലാണ് നിഘണ്ടുവിൽ വാക്കുകൾ ക്രമീകരിച്ചിരിക്കുന്നത്. പലതവണ നിഘണ്ടു പരിശോധിച്ചു പരിചയപ്പെടുന്നതി

ലൂടെ റഫറൻസ് സ്കിൽ രൂപപ്പെടുത്തിയെടുക്കാൻ കഴിയും. വിശ്വവിജ്ഞാന കോശം, സർവ്വ വിജ്ഞാനകോശം, ലോകരാഷ്ട്രങ്ങൾ, ശൈലീനിഘണ്ടു, ശാസ്ത്രനിഘണ്ടു തുടങ്ങി റഫറൻസ് സൗകര്യാർത്ഥം നിരവധി പുസ്തകങ്ങൾ ലൈബ്രറിയിൽ കാണാം. അവയൊക്കെ പരിശോധിക്കുന്നതിലൂടെ അറിവിന്റെ ജാലകം തുറന്നിടുകയാണെന്നോർക്കുക.

സ്കൂൾ ലൈബ്രറി

ഒരു ലൈബ്രറിയിലെ പ്രവർത്തനരീതി പരിചയപ്പെടാൻ കൂടി സ്കൂൾ ലൈബ്രറി കുട്ടികൾക്കു അവസരമൊരുക്കുന്നു. പുസ്തകങ്ങളുടെ ക്രമീകരണം, കാറ്റ്ലോഗ് പരിശോധന, പുസ്തകവിതരണം, തിരിച്ചുനല്കൽ തുടങ്ങിയവ ഇതിലൂടെ പരിചയപ്പെടുന്നു. സ്കൂൾ ലൈബ്രറിയിലേക്കു പുസ്തകങ്ങൾ തെരഞ്ഞെടുക്കുന്നതിന് കുട്ടികളിൽ നിന്ന് പുസ്തകലിസ്റ്റ് ആവശ്യപ്പെടുന്നതും പുസ്തക ക്രമീകരണം പരിചയപ്പെടുന്നതും കുട്ടികൾക്ക് അനുഭവമാകും.

പുസ്തക പ്രദർശനം നടത്തുമ്പോൾ

സ്കൂൾ ലൈബ്രറിയിലെ മികച്ച പുസ്തകങ്ങൾ തെരഞ്ഞെടുക്കുക. വ്യത്യസ്ത വിഭാഗങ്ങൾ, വിഷയങ്ങൾ എന്നിവ പരിഗണിക്കണം. (വിഷയങ്ങൾ - സാഹിത്യം, ശാസ്ത്രം, സാമൂഹ്യശാസ്ത്രം. പൊതുവിഭാഗം- കഥ, കവിത, യാത്രാവിവരണം, ആത്മകഥ, ജീവചരിത്രം, നാടകം, റഫറൻസ് തുടങ്ങി വിവിധ ഭാഷകളിലെ പുസ്തകങ്ങളും പ്രദർശിപ്പിക്കണം). വിഷയാടിസ്ഥാനത്തിലായിരിക്കണം ക്രമീകരിക്കേണ്ടത്.

പുസ്തക ചർച്ച

കുട്ടികളുടെ അഭിരുചി കണക്കിലെടുത്താവണം പുസ്തകം തെരഞ്ഞെടുക്കേണ്ടത്. ചർച്ചചെയ്യുന്ന പുസ്തകത്തിന്റെ പരമാവധി കോപ്പികൾ കുട്ടികൾക്കു ലഭ്യമാക്കണം. കൈമാറി വായിച്ച പുസ്തകത്തെ സാമാന്യമായി പരിചയപ്പെടാൻ അവസരമൊരുക്കണം.

ചർച്ചയിൽ പുസ്തകത്തിലെ പ്രമേയം, ആഖ്യാനരീതി, ഭാഷ, സാമൂഹിക-സാംസ്കാരിക പശ്ചാത്തലത്തിൽ വിലയിരുത്തൽ, എഴുത്തുകാരന്റെ കാഴ്ചപ്പാട് തുടങ്ങിയവ പരാമർശിക്കണം. ക്ലാസ്തലത്തിൽ നടത്തുന്നതു കൂടുതൽ കുട്ടികൾക്ക് അവസരമൊരുക്കും.

ആനുകാലിക പ്രസിദ്ധീകരണങ്ങളുടെ പ്രദർശനം

വീട്ടിൽ നിന്നു വായന കഴിഞ്ഞ വാരികകൾ, മാസികകൾ എന്നിവ കുട്ടികൾ കൊണ്ടുവരട്ടെ. വ്യത്യസ്ത വിഭാഗങ്ങളിൽപ്പെട്ടവ ക്രമീകരിച്ചു പൊതുപ്രദർശനം നടത്താം.

വായനാവാരത്തിലും തുടർന്നും നിങ്ങൾക്കു സ്കൂളിൽ ഏറ്റെടുത്ത് നടത്താവുന്ന പ്രവർത്തനങ്ങൾ. അദ്ധ്യാപകരുമായി ചർച്ചചെയ്തു നിങ്ങളുടെ സ്കൂളിന് യോജിച്ച പ്രവർത്തനങ്ങൾ ഏറ്റെടുത്തു നടത്തുമല്ലോ.

വായനക്കൂട്ടം

ഒരു ക്ലാസിലെ അയൽപക്കക്കാരായ കുട്ടികളും രക്ഷിതാക്കളും ചേർന്നു വായനക്കൂട്ടം രൂപീകരിക്കൽ. സ്കൂൾ ഗ്രന്ഥശാല, പ്രാദേശിക ഗ്രന്ഥശാല എന്നിവയെ ഉപയോഗപ്പെടുത്തി പുസ്തകങ്ങൾ വായന. പുസ്തകത്തെക്കുറിച്ച് ചർച്ച, അഭിപ്രായക്കുറിപ്പ് തയ്യാറാക്കൽ. പ്രാദേശിക വായനശാലകൾ വഴി ഗ്രന്ഥശാലാസംഘത്തിന്റെ സഹായവും ഈ പ്രവർത്തനത്തിന്റെ വിജയത്തിനു വഴിയൊരുക്കും.

അമ്മ ലൈബ്രറി

കഴിഞ്ഞ അദ്ധ്യയനവർഷങ്ങളിൽ കേരളത്തിലെ വിദ്യാലയങ്ങളിൽ നടപ്പിൽവരുത്തി വിജയം കൈവരിച്ച പ്രവർത്തനമാണിത്. സ്കൂൾ ലൈബ്രറികളിൽ നിന്നു കുട്ടികളുടെ പഠനത്തെ സഹായിക്കുന്നതിനു പറ്റിയ പുസ്തകങ്ങൾക്കു പ്രാധാന്യം നല്കി വിതരണം.

സായാഹ്ന വായനശാല

വൈകുന്നേരം നാലുമുതൽ അഞ്ചുവരെയുള്ള സമയം സ്കൂൾ വായനശാല അദ്ധ്യാപകർ, രക്ഷിതാക്കൾ എന്നിവരോടൊപ്പം നിങ്ങളും ഉപയോഗിക്കണം. പാഠവുമായി ബന്ധപ്പെട്ട വിശദമായ റഫറൻസിനും മറ്റും ഈ സമയം ഉപകരിക്കും.

എഴുത്തുകാരെ അറിയൽ

പുസ്തകത്തിലൂടെ പരിചയപ്പെട്ട എഴുത്തുകാരെക്കുറിച്ച് കൂടുതൽ അറിയുന്നതിനും അവരുടെ രചനാരീതികൾ പരിചയപ്പെടുന്നതിനും. ഇതിനായി എഴുത്തുകാരുമായി അഭിമുഖവും എഴുത്തുകാരെ പരിചയപ്പെടുത്തുന്ന വിദഗ്ദ്ധരുടെ ക്ലാസുകളും പ്രയോജനപ്പെടും.

ഓർമ്മയുടെ എഴുത്തുകൾ

നിങ്ങളുടെ നാട്ടിലെ വായനയുടെ ചരിത്രം തേടൽ. ആദ്യ ലൈബ്രറി നടത്തുവാൻ പ്രേരണ നല്കിയവരും പ്രവർത്തിച്ചവരും പ്രദേശത്തെ സാഹിത്യകാരന്മാർ ഇവരെക്കുറിച്ചുള്ള അന്വേഷണം. മികച്ച വായനക്കാരായ തദ്ദേശവാസികളെ കണ്ടെത്തൽ, അവരുടെ വായനാനുഭവങ്ങൾ പങ്കിടൽ.

പുസ്തകങ്ങൾ സമ്മാനങ്ങൾ

നിങ്ങളുടെ വിദ്യാലയത്തിൽ എല്ലാ സമ്മാനങ്ങളും പുസ്തകങ്ങളായി മാറ്റണം. കൂട്ടുകാരുടെ ആഘോഷങ്ങളും സന്തോഷങ്ങളും സ്കൂൾ ലൈബ്രറിയിലേക്കു പുസ്തകം നല്കിയാവണം.

വായിക്കാം കേൾക്കാം...

ഒന്ന്, രണ്ട് ക്ലാസിലെ കുട്ടികളെ വായനയിലേക്കു നയിക്കുവാൻ അവരുടെ നിലവാരത്തിന് യോജിച്ച പുസ്തകങ്ങൾ മുതിർന്ന കുട്ടികൾ വായിച്ചു കേൾപ്പിക്കൽ. വിവിധ ക്ലാസുകളിലെ കുട്ടികൾ പങ്കാളിയായുള്ള ഗ്രൂപ്പുകളുടെ രൂപീകരണം ഇതിനു സഹായകമാവും.

പുസ്തക ക്വിസ്

ക്ലാസ്-സ്കൂൾ ലൈബ്രറിയിലുള്ള പുസ്തകങ്ങളെ അടിസ്ഥാനമാക്കി നടത്താവുന്ന ഒരു പ്രവർത്തനമാണ് പുസ്തക ക്വിസ്. ക്വിസിനായി നിശ്ചിത പുസ്തകങ്ങൾ മുൻകൂട്ടി പ്രഖ്യാപിക്കുന്നത് കുട്ടികൾക്കു സൗകര്യമാവും. ദിനാചരണങ്ങൾ സംഘടിപ്പിക്കുമ്പോൾ ബന്ധപ്പെട്ട എഴുത്തുകാരനുമായി/വിഷയവുമായി ബന്ധപ്പെട്ടും ചോദ്യങ്ങൾ തയ്യാറാക്കാം. ഉദാഹരണത്തിന് ജൂൺ 17 ചങ്ങമ്പുഴ അനുസ്മരണ ദിനമാണ്. ചങ്ങമ്പുഴ കൃതികളെ അടിസ്ഥാനമാക്കി ഒരു ക്വിസ് മത്സരം രൂപകല്പന ചെയ്യാം. ചങ്ങമ്പുഴയുടെ പരമാവധി കൃതികൾ വായനമൂല/ക്ലാസ് ലൈബ്രറി എന്നിവിടങ്ങളിലും പ്രദർശിപ്പിക്കാൻ ശ്രമിക്കുമല്ലോ.

പുസ്തക ക്വിസിന് ചോദ്യങ്ങൾ തയ്യാറാക്കുമ്പോൾ

കൃതിയുടെ പേര്? ഏതു വിഭാഗം? കൃതിയിലെ പ്രധാന മുഹൂർത്തങ്ങൾ, സന്ദർഭങ്ങൾ, ശ്രദ്ധേയമായ വാക്യങ്ങൾ, കഥാപാത്രങ്ങൾ തുടങ്ങിയവയെല്ലാം പരിഗണിക്കാം.

വായനയെപ്പറ്റിയുള്ള ചില ഉദ്ധരണികൾ

1. "വായനയോളം നിത്യഫലം തരുന്ന ചെലവുകുറഞ്ഞ വിനോദം വേറെയില്ല"- ലേഡി മോണ്ടേഗു.
2. "വായന എന്നത് കടം കൊള്ളലാണ്"- ലിറ്റൻബർഗ്.
3. "സദാചാരബോധത്തെ സംസ്കരിക്കാനും ജീവിതചര്യകൾ ക്രമീകരിക്കാനുമല്ലാതെ എന്തെങ്കിലും വായിക്കുന്നത് ഉറങ്ങുന്നതിനു തുല്യമാണ്" - സ്റ്റർണി.
4. "വായിക്കാൻ സമയമില്ലെന്നു പറയുന്നയാൾ ബുദ്ധിപരമായി ആത്മഹത്യചെയ്യുന്നു"- തോമസ് ഡ്രെയർ.
5. "കുറേ വിഷയങ്ങളെക്കുറിച്ചുള്ള എല്ലാകാര്യവും എല്ലാ വിഷയങ്ങളെപ്പറ്റിയുള്ള കുറേ കാര്യങ്ങളും നാം വായിച്ചിരിക്കണം"- ബ്രോഹോം.

വായനയുമായി ബന്ധപ്പെട്ട ചില വസ്തുതകൾകൂടി

1. ലോക പുസ്തകദിനം എന്ന്? ഏപ്രിൽ 23
2. 'അക്ഷരം'- എന്താണർത്ഥം? നിരവധി അർത്ഥങ്ങളുണ്ട്. 'നാശമില്ലാത്തത്' എന്ന അർത്ഥം പ്രധാനം.
3. "പുസ്തകമില്ലാത്ത വീട് ആത്മാവില്ലാത്ത ശരീരം പോലെയാണ്"- ഇത് ആരുടെ വാക്യം? - സിസറോ.
4. "വ്യക്തികൾക്കു മരണമുണ്ട്; പുസ്തകങ്ങൾക്കു മരണമില്ല" - ആരുടേതാണ് ഈ ഉദ്ധരണി? - റൂസ്വെൽറ്റ്.
5. 'ഖുർ ആൻ'- എന്ന വാക്കിന്റെ അർത്ഥം?- വായന.
6. ലോകത്തിൽ ഏറ്റവും കൂടുതൽ ആളുകൾ വായിച്ചിട്ടുള്ള ബാലസാഹിത്യ കൃതി?- *പഞ്ചതന്ത്രം*.
7. ലോകത്തിൽ ഏറ്റവും കൂടുതൽ വിറ്റഴിഞ്ഞ പുസ്തകം?- *ബൈബിൾ*.
8. ഗ്രന്ഥശാലയ്ക്ക് 'ലൈബ്രറി' എന്ന പേരുവന്നതെങ്ങനെ? - പുരാതന റോമാക്കാർ എഴുതിയിരുന്നത് മരത്തൊലിയിൽ ആയിരുന്നു. മരത്തൊലിക്ക് ലാറ്റിൻ ഭാഷയിൽ ലൈബർ എന്നാണു പേര്. ലൈബർ എന്ന വാക്കിൽ നിന്ന് ലൈബ്രറി എന്ന പദമുണ്ടായി.

ലോകചിന്തയെ ഉഴുതുമറിച്ച ചില ഗ്രന്ഥങ്ങളുണ്ട്.

ലോകത്തെക്കുറിച്ചും മാനവജീവിതത്തെക്കുറിച്ചും പുത്തൻ കാഴ്ചപ്പാടുകൾ മുന്നോട്ടുവച്ച വിശിഷ്ട രചനകൾ. മാനവരാശിയുടെ ഈടുവയ്പുകളാണ് അവ. മനുഷ്യരുടെ ചിന്താപഥങ്ങളിൽ തിളങ്ങിനില്ക്കുന്ന ആ അക്ഷരക്കൂട്ടുകളിലെ ജീവിതദർശനം വളരെ വലുതാണ്. വായനയിൽ പുതുവെളിച്ചം പകർന്ന അത്തരം പുസ്തകങ്ങൾ മതം, ദർശനം, രാഷ്ട്രീയം, ശാസ്ത്രം, തുടങ്ങി വിവിധ മണ്ഡലങ്ങളിലുണ്ട്. കൂട്ടുകാർ അവശ്യം പരിചയപ്പെട്ടിരിക്കേണ്ട ചില ലോകോത്തര ക്ലാസിക് കൃതികളെയാണ് ഇവിടെ പരിചയപ്പെടുത്തുന്നത്.

രാമായണം

ഭാരത സംസ്കാരത്തിന്റെ മുഖ്യസ്രോതസ്സുകളിൽ ഒന്നാണ് വാത്മീകി രാമായണം. *രാമായണം* ഇതിഹാസമാണ്; ആദികാ

വ്യമാണ്; ഒരു ധർമ്മശാസ്ത്രവുമാണ്. ആദികാവ്യമെന്ന് *രാമായണ*ത്തെ വിശേഷിപ്പിക്കുന്നതുകൊണ്ട് *രാമായണ*ത്തിന് മുമ്പ് കാവ്യമൊന്നും ഉണ്ടായിട്ടില്ലെന്ന് അർത്ഥമില്ല. *മഹാഭാരത*ത്തിന്റെ ഭാഷയും അതിലെ സാമുദായികാചാരങ്ങളും നോക്കിയാൽ അതാണ് *രാമായണ*ത്തേക്കാൾ പുരാതനം എന്നു തോന്നും. എന്നാൽ ലക്ഷണങ്ങൾ തികഞ്ഞ ഒരു കാവ്യം എന്ന നിലയിൽ *രാമായണ*മാണ് പ്രഥമസ്ഥാനം അർഹിക്കുന്നത്. ഭാരതത്തിൽ ചരിത്രപരതയ്ക്കുമപ്പുറം ഐതിഹാസികതയ്ക്ക് പ്രാമുഖ്യം കിട്ടുന്നതുകൊണ്ടാണിത്. പിന്നീടുണ്ടായിട്ടുള്ള ഭാരതീയ കാവ്യങ്ങൾക്കെല്ലാം രൂപത്തിലും ഭാവത്തിലും ആശയങ്ങളിലും ആദർശത്തിലും *രാമായണം* മാതൃകയായിത്തീർന്നു. വാത്മീകി രാമായണത്തിൽ ഏഴു കാണ്ഡങ്ങളും അഞ്ഞൂറ് സർഗ്ഗങ്ങളും 24,000 ശ്ലോകങ്ങളുമുണ്ട്.

രാമായണം ആദ്യന്തം ഒരു ശോക കാവ്യമാണ്. ശോകഃ ശ്ലോകത്വ മാഗതഃ എന്ന അതിന്റെ പ്രഭവ ധർമ്മം ആദികാവ്യത്തിൽ ഉടനീളമുണ്ട്. വ്യക്തിജീവിതം രാമന് ശോകമയമാണ്. ഈ ശോകമൊന്നും സ്വധർമ്മാനുഷ്ഠാനത്തിൽനിന്ന് രാമനെ വ്യതിചലിപ്പിച്ചില്ല. ദുഃഖമോചനത്തിന് ധർമ്മനിഷ്ഠതയും സത്യനിഷ്ഠയും മാത്രമാണ് പ്രതിവിധി. ശോകപൂർണ്ണമായ ജീവിതത്തിലും എങ്ങനെ സത്യധർമ്മങ്ങൾ കൈവിടാതെ ജീവിക്കാം എന്ന് *രാമായണം* കാണിച്ചുതരുന്നു. അതാണ് വാത്മീകിയുടെ സന്ദേശം. അതാണ് *രാമായണ*ത്തെ ലോക ക്ലാസിക്കാക്കുന്നത്.

മഹാഭാരതം

ഏറ്റവും ബൃഹത്തായ ഇതിഹാസകാവ്യമാണ് *മഹാഭാരതം*. ഒരുലക്ഷത്തി ഇരുപത്തിനാലായിരം ശ്ലോകങ്ങളടങ്ങിയ മഹാഭാരതം വേദവ്യാസനാണ് രചിച്ചതെന്ന് പറയപ്പെടുന്നു. വ്യാസൻ ഒരു വ്യക്തിയല്ലെന്നും ഗ്രന്ഥം ക്രോഡീകരിച്ചവർക്കുള്ള പൊതുപേരാണ് എന്നുമൊരഭിപ്രായമുണ്ട്. ഭാരതത്തിൽ പ്രചരിച്ചുവന്ന നാടോടി കഥാഗാനത്തെ വിവിധ കാലങ്ങളിൽ ക്രോഡീകരിച്ചതാവാം ഇന്നു കാണുന്ന *മഹാഭാരതം*. വേദവ്യാസൻ ഇതി

ഹാസകാവ്യത്തിലെ ഒരു കഥാപാത്രം കൂടിയാണ്.

18 പർവ്വങ്ങളിലായി കുരുവംശത്തിന്റെ കഥപറയുന്ന *മഹാഭാരത*ത്തിലെ പ്രധാന പരാമർശം കൗരവ പാണ്ഡവ വൈരമാണ്. ധർമ്മത്തിന്റെ വിജയവും അധർമ്മത്തിന്റെ പരാജയവും പ്രഖ്യാപിച്ചുകൊണ്ടാണ് *മഹാഭാരതം* അവസാനിക്കുന്നത്. എഴുത്തച്ഛൻ കിളിപ്പാട്ടു രൂപത്തിൽ മലയാളത്തിൽ *മഹാഭാരതം* രചിച്ചിട്ടുണ്ട്. കൊടുങ്ങല്ലൂർ കുഞ്ഞിക്കുട്ടൻ തമ്പുരാന്റെ *മഹാഭാരതം* തർജ്ജമയും പ്രസിദ്ധമാണ്.

ഇലിയഡ്

വിശ്വസാഹിത്യത്തിൽ വ്യാസ വാത്മീകിമാർക്ക് തുല്യനാണ് യവനമഹാകവി ഹോമർ. അദ്ദേഹത്തിന്റെ *ഇലിയഡ്, ഒഡീസി* എന്നീ ഇതിഹാസ കാവ്യങ്ങളാണ് പടിഞ്ഞാറൻ സാഹിത്യത്തിന്റെ ജാതകം കുറിച്ചത്. ജീവിത ദുരന്ത കഥയാണ് ഇലിയഡ് എന്ന് ഒറ്റവാക്കിൽ പറയാം. തെളിഞ്ഞുനില്ക്കുന്ന വർത്തമാനകാല യാഥാർത്ഥ്യമാണ് ഇതിന്റെ ഇതിവൃത്തം. അതുകൊണ്ടുതന്നെ രൂപപരമായി *ഇലിയഡ്* ഒരു ദുരന്ത നാടകീയ കാവ്യമാണ്.

ഏഷ്യാമൈനറിൽ സ്ഥിതിചെയ്യുന്ന ട്രോയ് എന്ന പേരിൽ പ്രശസ്തി ആർജ്ജിച്ച ഇലിയം നഗരത്തിന്റെ കഥയാണ് *ഇലിയഡ്*. ഇതിലെ സംഭവപരമ്പരകളിൽ മനുഷ്യരും ദേവന്മാരും ഒരുപോലെ പങ്കാളികളാണ്. സാധുവായ ഒരു പിതാവിനോട് (ട്രോജൻ രാജാവായ പ്രിയാമിനോട്)അയൽരാജാവായ അഗ്മെമ്നൻ ചെയ്ത അപരാധത്തിൽ തുടങ്ങി, ശുദ്ധനായ പ്രിയാമിനോട് അഖില്ലിസ് പ്രദർശിപ്പിച്ച ഔദാര്യത്തിൽ കഥ പര്യവസാനിക്കുന്നു. ഇതിനിടയിലെ സംഭവവികാസങ്ങളാണ് കഥയുടെ പ്രമേയം. മൗലികമായ മാനുഷിക പ്രശ്നങ്ങളെയും ചിത്തവൃത്തികളെയും ഉദാത്ത ഗംഭീരമായി ആവിഷ്കരിച്ചു എന്നതാണ് ഈ കൃതിയുടെ മേന്മ. മികച്ച കൈയടക്കത്തോടെ ഭാവനാ സമ്പൂർണ്ണമായാണ് ഇതിന്റെ രചന നിർവ്വഹിച്ചിരിക്കുന്നത്. ചരിത്രത്തോട് അത്രമേൽ ബന്ധപ്പെട്ട് കിടക്കുകയും ചെയ്യുന്നു ഈ ഇതിഹാസം.

ഒഡീസി

യക്ഷിക്കഥകളും ഭൂതകഥകളും കവിഭാവനയുമാണ് *ഒഡീസി*യിൽ ഉടനീളം കാണാനാവുന്നത്. ഇലിയഡിൽ ചരിത്രത്തെ കൂട്ടുപിടിച്ച ഹോമർ ഇവിടെ ചരിത്രത്തെ പാടെ തഴയുകയും ചെയ്തു. ഒരു മായാപ്രപഞ്ചത്തിലെന്നപോലെയാണ് ഇവിടെ കഥ നടക്കുന്നത്. ജീവിതത്തിലെ സങ്കല്പസുന്ദരമായ വശമാണ് *ഒഡീസി*യുടെ കഥാതന്തു. മന്ത്രവാദവും ഇന്ദ്രജാലവും ഒഡീസിയിൽ വ്യാപകമായി ഉപയോഗിക്കുന്നു. ധാർമ്മികമായ നീതിബോധം തെളിഞ്ഞുനില്ക്കുന്ന രചനയാണ് *ഒഡീസി*യുടേതിൽ ഹോമർ സ്വീകരിച്ചത്. 25 കാണ്ഡങ്ങളിലായാണ് *ഒഡീസി*യുടെ രചന നിർവ്വഹിച്ചിരിക്കുന്നത്. സവിശേഷമായ കഥാപാത്രഘടനയിലാണ് ഹോമറുടെ ഏറ്റവും മികച്ച രചനാവൈഭവം നിഴലിക്കുന്നത്.

പാശ്ചാത്യദേശത്ത് ആദ്യമായി എഴുതപ്പെട്ട സഞ്ചാരകഥയും ലോകത്തിലെ ആദ്യ നോവലുമാണ് *ഒഡീസി*.

ചിലപ്പതികാരം

തമിഴിലെ ആദ്യ സമ്പൂർണ്ണ കഥാകാവ്യമായ *ചിലപ്പതികാര*ത്തിന് മുത്തമിഴ് കാവ്യമെന്നും പേരുണ്ട്. ഇയൽ, ഇശൈ, നാടകം എന്നിങ്ങനെ മൂന്നും ചേർന്ന കാവ്യമായതിനാലാണ് മുത്തമിഴ് കാവ്യമെന്ന പേര് വന്നത്. ചരിത്ര വസ്തുതകൾക്കൊപ്പം കാവ്യഭാവനയും ചേർന്നുനില്ക്കുന്ന ഈ കാവ്യത്തിന്റെ രചയിതാവ് ചേരരാജകുമാരനായി ജനിച്ച് ജൈന സന്ന്യാസിയായിത്തീർന്ന ഇളങ്കോ അടികളാണ് എന്ന് പറയപ്പെടുന്നു.

കോവിലന്റെയും പതിവ്രതയായ കണ്ണകിയുടെയും അനുരാഗ പൂർണ്ണമായ ജീവിതകഥയാണ് *ചിലപ്പതികാര*ത്തിന്റെ പ്രമേയം. കള്ളനെന്ന് ആക്ഷേപിക്കപ്പെട്ട് രാജാവിനാൽ കൊലചെയ്യപ്പെടുന്ന കോവിലന്റെ വേർപാടിൽ മനംനൊന്ത് മധുരാ നഗരം ചുട്ടെരിക്കുന്നുണ്ട് കണ്ണകി. ഹൃദ്യമായ വർണ്ണനകൾ, സൂചിത കഥകൾ, ശ്ലേഷപ്രയോഗങ്ങൾ, നാനാർത്ഥകങ്ങളായ പദങ്ങളുടെ പ്രചുരിമ, ലളിതമായ ഭാഷാശൈലി എന്നിവയൊക്കെ *ചിലപ്പതി*

*കാര*ത്തെ മികവുറ്റതാക്കുന്നു. കവിയുടെ ഹൃദയ വിശാലതയും ഉദാത്തമായ സമഭാവനയും കാവ്യത്തിൽ ഉടനീളം പ്രതിഫലിക്കുന്നുണ്ട്.

തമിഴ്സാഹിത്യത്തിലെ ഏറ്റവും മികച്ച മഹാകാവ്യമെന്ന് പേരുകേട്ട *ചിലപ്പതികാര*ത്തിന്റെ രചയിതാവ് ഇളങ്കോഅടികൾ ഒരു കേരളീയനാണെന്നും പറയപ്പെടുന്നു. കാവ്യത്തിൽ ചെങ്കുട്ടുവ രാജാവിനാൽ പ്രതിഷ്ഠിക്കപ്പെട്ട കണ്ണകീ വിഗ്രഹം കൊടുങ്ങല്ലൂരിലെ ശ്രീ കുരുംബാ ഭഗവതിയാണെന്നും പറയുന്നു. കാവ്യത്തിൽ ഉപയോഗിച്ചിരിക്കുന്ന ചില മലയാള പദങ്ങൾ ഈ വാദത്തിന് പിൻബലമേകുന്നു.

യുദ്ധവും സമാധാനവും

ഒരു കാലഘട്ടത്തിലെ സമൂഹത്തിന്റെ കഥ സമഗ്രമായി പ്രതിഫലിപ്പിക്കുന്ന ഇതിഹാസമാണ് *യുദ്ധവും സമാധാനവും* എന്ന് ചുരുക്കിപ്പറയാം. 19-ാം നൂറ്റാണ്ടിന്റെ ആദ്യ ദശകങ്ങളിലെ റഷ്യാചരിത്രത്തിലെ ചില വസ്തുതകളാണ് ടോൾസ്റ്റോയി ഈ നോവലിനായി ഉപയോഗിച്ചത്. വസ്തുതകൾ പറയുമ്പോൾ അത് കേവലം സ്ഥിതിവിവരക്കണക്കോ വസ്തു സ്ഥിതി കഥനമോ ആകാതിരിക്കാനും അദ്ദേഹം ശ്രമിച്ചു. സ്വന്തം ഭാവനാസൃഷ്ടികളായ കഥാപാത്രങ്ങളെ നോവലിൽ ഉൾക്കൊള്ളിച്ച് ഇതിവൃത്തത്തെ സുന്ദരമാക്കിക്കൊണ്ടായിരുന്നു ടോൾസ്റ്റോയി ഈ കൃതിയെ മികച്ചതാക്കിയത്. അതിബൃഹത്തായ ഒരു രംഗവേദിയാണ് കഥാകാരൻ *യുദ്ധവും സമാധാനവും* എന്ന നോവലിന് അടിത്തറയായി തെരഞ്ഞെടുത്തത്. വിരുദ്ധ സ്വഭാവികളായ നൂറുകണക്കിന് കഥാപാത്രങ്ങളും വൈചിത്ര്യങ്ങളാർന്ന ഒരായിരം സംഭവങ്ങളും ഇവിടെ പ്രത്യക്ഷപ്പെടുന്നുണ്ട്.

അമ്മ

1907 ൽ പ്രസിദ്ധീകരിച്ച *അമ്മ*യിലൂടെ തന്റെ കാലഘട്ടത്തിലെ വിപ്ലവകാരിയെ അവതരിപ്പിക്കാനാണ് ഗോർക്കി ശ്രമിച്ചത്. റഷ്യയിലെ സൊർമോവോ എന്ന വ്യാവസായിക നഗരത്തിൽ

1902 ൽ ഉണ്ടായ പണിമുടക്കും രാഷ്ട്രീയ പ്രകടനങ്ങളും ഈ നോവലിന് അസംസ്കൃത വസ്തുവായി മാറി. പീറ്റർ ബലാമോവ് എന്ന തൊഴിലാളിയും അയാളുടെ അമ്മയും ഈ നോവലിലെ നായകന്റെയും അമ്മയുടെയും സൃഷ്ടിക്ക് നിമിത്തമായി തീർന്ന വ്യക്തിത്വങ്ങളാണ്. തൊഴിൽശാലയുടെ കുഴൽ വിളിയെക്കുറിച്ച് പറഞ്ഞുകൊണ്ടാണ് ഈ നോവൽ ആരംഭിക്കുന്നത്. യന്ത്രങ്ങളുടെ ചലനത്തിനനുസരിച്ച് ചലിക്കുന്ന യന്ത്രങ്ങളുടെ അലർച്ച കേട്ടുകിടുങ്ങുന്ന തൊഴിലാളികളുടെ ജീവിതം സംക്ഷിപ്തമായി വിവരിക്കുകയാണ് *അമ്മ*.

സമൂഹ യാഥാർത്ഥ്യത്തെയാകെ സോഷ്യലിസ്റ്റ് വീക്ഷണത്തിലൂടെ അപഗ്രഥിക്കുന്നതിനൊപ്പം യഥാർത്ഥ മനുഷ്യരുടെ വികാരങ്ങളിലൂടെ വിപ്ലവത്തിന്റെ അനിവാര്യതയും ഔന്നത്യവും ആവിഷ്കരിക്കാൻ ഗോർക്കിക്ക് കഴിഞ്ഞു. യഥാർത്ഥ വിപ്ലവത്തെക്കുറിച്ചുള്ളതാണ് *അമ്മ* എന്ന ഈ നോവലിന്റെ പ്രത്യേകത. വിപ്ലവശക്തിയുടെ പ്രാധാന്യം ഈ നോവലിൽ മുഴുവൻ പടർന്നിട്ടുണ്ട്. തൊഴിലാളി വർഗ്ഗത്തിലുള്ള പ്രത്യയശാസ്ത്രപരമായ ഉണർവ്വിന്റെ ഏറ്റവും ഗാഢമായ ആദ്യ അവതരണമായിരുന്നു നോവൽ. ഈ നോവലിൽ മുഴങ്ങികേൾക്കുന്ന പുതിയ ലോകത്തിന്റെ ശബ്ദമാണ് അമ്മയെ ക്ലാസിക് കൃതിയാക്കുന്നത്.

കിഴവനും കടലും

ലളിതമായ ഇതിവൃത്തവും ആഖ്യാന രീതിയുമുള്ള നോവലാണ് ഹെമിങ്‌വേയുടെ *കിഴവനും കടലും*. മാനവജീവിത മഹാസാഗരത്തെയാണ് ഹെമിങ്‌വേ കടലായി അവതരിപ്പിക്കുന്നത്. ഈ കടലിലേക്ക് ഭാഗ്യം തേടിപ്പോകുന്ന സാന്തിയാഗോ നിസ്സഹായരായ മനുഷ്യരുടെ പ്രതീകവും. സാന്തിയാഗോയും മത്സ്യവുമായുള്ള പോരാട്ടം ജീവസന്ധാരണത്തിനുള്ള മനുഷ്യന്റെ നിരന്തരമായ പോരാട്ടമാണ്. ജീവിതകാലത്ത് മനുഷ്യന് കൈവരിക്കാവുന്ന നേട്ടമാണ് മത്സ്യം; ഇത് നേടാനാവാത്ത ജീവിതം അർത്ഥശൂന്യവും. ചൂഷകശക്തികളെ സ്രാവുകളായി ചിത്രീകരിച്ചിരിക്കുന്നു. മനുഷ്യ നേട്ടങ്ങളെ ഈ സ്രാവുകൾ തട്ടിയെടുക്കുക

യാണ്. ആഴക്കടലിൽ ഏകനായി മരവെള്ളം തുഴഞ്ഞ് നീങ്ങുന്ന സാന്തിയാഗോ ആധുനിക മനുഷ്യനാണ്; നിർണ്ണായകഘട്ടങ്ങളിൽ ഏകനായ മനുഷ്യന്റെ പ്രതീകം.

ആരോഗ്യനികേതനം

ചികിത്സകരായ മശായ് കുടുംബത്തിന്റെ കഥയാണ് *ആരോഗ്യനികേതനം*. കേന്ദ്രകഥാപാത്രമായ ജീവൻ മശായിയുടെ പ്രതീക്ഷകളും പരാജയവുമാണ് വായനക്കാരനെ ആകർഷിക്കുക. നാടൻ ചികിത്സാരീതിയും നവീന ചികിത്സാരീതിയും ഏറ്റുമുട്ടുന്നതിന്റെ പശ്ചാത്തലവുമുണ്ട്. ഗ്രാമീണജീവിത പരിവർത്തനത്തിന്റെ കാഴ്ചയും നോവൽ മുന്നോട്ടുവയ്ക്കുന്നു. ജീവിതവും മരണവും തമ്മിലുള്ള നിരന്തരമായ സംഘട്ടനവും അവിടെ നിസ്സാഹായനായ മനുഷ്യന്റെ ചിത്രവുമാണ് താരാശങ്കർ ബാനർജി അവതരിപ്പിച്ചിരിക്കുന്നത്.

കുറ്റവും ശിക്ഷയും

ലോകസാഹിത്യത്തിലെ ഒരത്ഭുത പ്രതിഭാസമാണ് ദസ്തയേവ്സ്കി. സാഹിത്യകാരനായിരിക്കുമ്പോൾതന്നെ സാമൂഹ്യ പരിഷ്കർത്താവും കൂടിയായിരുന്നു അദ്ദേഹം. ആദർശങ്ങൾക്കുവേണ്ടി ജീവിച്ച അദ്ദേഹം അനുഭവിച്ചറിഞ്ഞ ജീവിതത്തിന്റെ സങ്കീർണ്ണ ഭാവങ്ങളെ നിർമ്മമതയോടെ സാഹിത്യത്തിലേക്ക് പകർത്തി. അദ്ദേഹത്തിന്റെ നോവലുകളുടെ ഉള്ളടക്കം മനുഷ്യ സ്വഭാവത്തിന്റെയോ ജീവിതത്തിന്റെയോ വെറും വ്യാഖ്യാനമല്ല ; ജീവിതം തന്നെയാണ്.

വിശ്വസാഹിത്യത്തിൽ ഏറ്റവുമധികം ചർച്ചചെയ്യപ്പെട്ട കലാസൃഷ്ടികളിലൊന്നാണ് *കുറ്റവും ശിക്ഷയും*. ജീവിതത്തിന്റെ അടിയൊഴുക്കുകളെ പ്രതീകാത്മകമായ രീതിയിൽ അനുഭവപ്പെടുത്തുന്ന രചനയാണിത്. റഷ്യൻ സാമൂഹ്യ ജീവിതത്തിന്റെ എല്ലാ രൂപഭാവങ്ങളും സൂക്ഷ്മമായും സമുചിതമായും ഇതിൽ ചിത്രീകരിച്ചിട്ടുണ്ട്. 19-ാം നൂറ്റാണ്ടിന്റെ മദ്ധ്യത്തിൽ റഷ്യയിലെ ഒരു പട്ടണപ്രാന്തത്തിലുള്ള ചേരിപ്രദേശത്ത് ഒമ്പത് ദിവസംകൊണ്ട്

നടക്കുന്ന കഥയാണ് പ്രമേയം. ബാഹ്യജീവിത യാഥാർത്ഥ്യങ്ങളെയും മനുഷ്യമനസ്സിന്റെ സഹജവാസനകളെയും ആസ്പദമാക്കി നന്മതിന്മകളെക്കുറിച്ച് ദസ്തയേവ്സ്കി ഒരു സവിശേഷബോധം ഈ നോവലിൽ ആവിഷ്കരിക്കുന്നു. സൂക്ഷ്മമായ മനുഷ്യസ്വഭാവാപഗ്രഥനവും അസ്തിത്വത്തെയും ധർമ്മാധർമ്മങ്ങളെയുംകുറിച്ച് അനുഭവാധിഷ്ഠിതമായ കാഴ്ചപ്പാടും സവിശേഷമായ ഒരു നീതിബോധവും ഈ നോവലിൽ നമുക്ക് കണ്ടെത്താം. മനുഷ്യസ്വഭാവത്തെയും ജീവിത പ്രതിഭാസങ്ങളെയും അവയുടെ സങ്കീർണ്ണതയോടെ ദർശിക്കാനും പുനഃസൃഷ്ടിക്കാനുമാണ് അദ്ദേഹം ഈ രചനയിലൂടെ ശ്രമിച്ചത്. അതിനുവേണ്ടി അദ്ദേഹം മനുഷ്യരെ നല്ലവർ,ദുഷിച്ചവർ ഇങ്ങനെ ദ്വന്ദ്വങ്ങളായി ചിത്രീകരിച്ചില്ല. മാനസികവും ബാഹ്യവുമായ ജീവിതത്തിന്റെ ഇരുളടഞ്ഞ വശങ്ങളെയും ദുസ്സഹവേദനകളെയും ചിത്രീകരിക്കുമ്പോൾ പ്രകടമായ നിസ്സംഗതയോടും നിർദ്ദയത്വത്തോടും കൂടി അവയെല്ലാം വിശദമായി നോവലിൽ വെളിപ്പെടുത്തി. ഈ വെളിപ്പെടുത്തലിൽ മനുഷ്യ വിദ്വേഷമല്ല; സഹാനുഭൂതിയുടെ തലത്തിലാണ് അദ്ദേഹം നോക്കിക്കണ്ടത്. അതുകൊണ്ടാണ് *കുറ്റവും ശിക്ഷയും* അനുവാചക ഹൃദയങ്ങളിൽ ഇത്രമേൽ തറച്ചുകയറിയതും.

9 789386 637079

Printed by Libri Plureos GmbH in Hamburg,
Germany